I0228982

மகா அலெக்சாண்டர்

ஆர். முத்துக்குமார்

இந்திய அரசியல் களத்தைத் தொடர்ந்து ஆய்வு செய்து வருபவர் ஆர். முத்துக்குமார். மயிலாடுதுறையைச் சார்ந்தவர். இவரது முந்தைய நூல்களான லாலு மற்றும் ஜீவா வாழ்க்கை வரலாறுகள் வாசகர்களின் பரவலான பாராட்டையும் கவனத்தையும் பெற்றவை. கல்கி, குமுதம் ரிப்போர்ட்டர், குங்குமம் இதழ்களில் தற்கால அரசியல் நடப்புகள் குறித்து தொடர்ந்து எழுதி வருகிறார்.

மகா அலெக்சாண்டர்

உலகம் சுற்றும் வாலிபன்

ஆர். முத்துக்குமார்

கிழக்கு

மகா அலெக்சாண்டர்
Maha Alexander
R. Muthukumar ©

First Edition: December 2007
128 Pages
Printed in India.

ISBN: 978-81-8368-637-2
Title No: Kizhakku 300

Kizhakku Pathippagam
177/103, First Floor,
Ambal's Building, Lloyds Road
Royapettah, Chennai 600 014.
Ph: +91-44-4200-9603

Email : support@nhm.in
Website : www.nhm.in

Author's Email : kalaimuthukumar@gmail.com

Kizhakku Pathippagam is an imprint of New Horizon Media Private Limited

This book is sold subject to the condition that it shall not, by way of trade or otherwise, be lent, resold, hired out, or otherwise circulated without the publisher's prior written consent in any form of binding or cover other than that in which it is published and without a similar condition including this the rights under copyright reserved above, no part of this publication may be reproduced, stored in or introduced into a retrieval system, or transmitted in any form or by any means (electronic, mechanical, photocopying, recording or otherwise), without the prior written permission of both the copyright owner and the above-mentioned publisher of this book.

அன்புடன்

வசந்தப்பிரியாவுக்கு

காலடித் தடங்கள்

1. குதிரைப் பாய்ச்சல் / 09

2. ஜுலை 26 / 12

3. ஆசான் அரிஸ்டாட்டில் / 25

4. முதல் வெற்றி / 36

5. மாண்புமிகு மாசிடோனியா / 46

6. அரியணையில் அலெக்சாண்டர் / 54

7. சென்றதில்லையா?
வென்றதில்லையா? / 60

8. கலங்க வைத்த கிரானிகஸ் யுத்தம் / 73

9. முடிச்சுகள் அவிழ்ந்தன / 81

10. இதயம் கவர்ந்த இஸ்ஸஸ் யுத்தம்! / 87

11. கௌகமேலா நாயகன் / 95

12. காதலும் கனவும்! / 102

13. பிரமிக்க வைத்த போரஸ் / 109

14. சிரஞ்சீவி அலெக்சாண்டர் / 116

பின்னிணைப்புகள் / 124

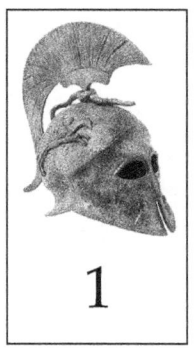

1

குதிரைப் பாய்ச்சல்

அவசர அவசரமாக கிளம்பிக் கொண்டிருந்தார் மாசிடோனிய மன்னர் பிலிப். அறைக்கு வெளியே யாரோ நடந்து வரும் சத்தம் கேட்டது. அறையின் வாசலைப் பார்த்தார். வெளியே அவரது மகன் நின்று கொண்டிருந்தான்.

'வா அலெக்சாண்டர், என்ன விஷயம்? அதிகாலையில் வந்திருக்கிறாய்?'

'இல்லை. உங்களைப் பார்த்துப் பேச வேண்டும்போல இருந்தது.'

'அப்படியா, நான் ஒரு குதிரைப் போட்டியைக் காண்பதற்காகச் சென்று கொண்டிருக்கிறேன். என்னுடன் வந்தால் வழியில் பேசலாம்.'

'தாராளமாக. ஐந்தே நிமிடங்களில் தயாராகி வந்துவிடுகிறேன்.'

இதற்காகவே காத்துக்கொண்டிருந்தவன் போலத் துள்ளிக் குதித்து ஓடினான் அலெக்சாண்டர். சில நிமிடங்களில் தயாராக வந்து மன்னர் பிலிப்பின் முன் நின்றான். இருவரும் புறப்பட்டனர்.

போட்டி நடக்கும் மைதானம் ஜனத்திரளால் நிரம்பியிருந்தது. சுட்டெரிக்கும் வெயில் வேறு.

'உங்களில் யாருக்காவது தைரியம் இருந்தால் இந்தக் குதிரையை அடக்கிக் காட்டுங்கள்.'

திமிறிக்கொண்டிருந்த அந்தக் குதிரைக்குப் பக்கத்தில் நின்றபடி அலட்சிய மாகச் சவால் விட்டுக்கொண்டிருந்தார் அந்தக் குதிரைக்குச் சொந்தக்காரர். தெஸ்ஸாலி நாட்டைச் சேர்ந்த அந்தக் குதிரையின் பெயர் பியூசிபேலஸ் (Bucephalas). மிகப்பெரிய மைதானம் அது. நட்ட நடுவே கம்பீரமாக நின்று கொண்டிருந்தது அந்தக் குதிரை. தொடையைத் தட்டிக்கொண்டு

ஆர்வத்துடன் குதித்த பத்து பேரை சற்று முன்னால்தான் அடித்து வீழ்த்தியிருந்தது.

மன்னர் பிலிப், மகன் அலெக்சாண்டருடன் சென்று சிம்மாசனத்தில் அமர்ந்தார்.

'வீரத்தின் விளைநிலமான மாசிடோனியாவில் ஒரே ஒரு மெய்யான வீரன்கூட இல்லையா?' கூட்டத்தைப் பார்த்து உறுமினார் குதிரையின் உரிமையாளர். கூச்சல் முற்றிலுமாக அடங்கியிருந்தது. மன்னர் பிலிப்பின் முகத்தில் கவலை ரேகைகள். தந்தையை ஒருமுறை நிமிர்ந்து பார்த்தான் அலெக்சாண்டர்.

'தந்தையே, நான் குதிரையை அடக்கட்டுமா?'

பிலிப் தன் மகனைப் பார்த்து சிரித்தார். அவன் திரும்பவும் கேட்டான்: 'நான் விளையாட்டுக்காகச் சொல்லவில்லை. அனுமதி கொடுங்கள்.'

'குதிரையின் கால்கள் எப்படி இருக்கும்? தன்னுடைய சக்தியைத் திரட்டிக் கொண்டு ஒரு உதை உதைத்தால் உடலில் எத்தனை மோசமாக காயம்படும் என்பதெல்லாம் அவனுக்குத் தெரிந்திருக்க நியாயமில்லை. தன்னுடைய கால்களால் மண்ணைத் தூற்றிவிட்டால் அதன்பிறகு உயிருக்கு உத்தரவாதமே இல்லை என்கிற விஷயம் அவனுக்கு எப்படித் தெரிந்திருக்கும்? வெறுமனே குதிரையேற்றம் பழகிவிட்டால் போதுமா என்ன? அதுவும் பழகிய குதிரையில் ஏறி சவாரி செய்தவன்தானே? ஆர்வக்கோளாறில் கேட்கிறான்' என்று உள்ளுக்குள் சிரித்துக்கொண்டார் மன்னர் பிலிப்.

ஆனாலும் தன்னுடைய வற்புறுத்தலைக் கொஞ்சமும் குறைத்துக் கொள்ளவில்லை அலெக்சாண்டர். மீண்டும் கேட்டான். மீண்டும். மீண்டும். தந்தையின் மனம் கசியும்வரை. மன்னரின் தலை சம்மதம் என்று சொல்லி அசையும்வரை.

'சரி, நீ மட்டும் அந்தக் குதிரையை அடக்கிவிட்டால் அந்தக் குதிரையை வாங்கி உனக்கே பரிசாகத் தருகிறேன்.' அனுப்பிவிட்டார். ஆனால் உள்ளுக்குள் உதறல். மன்னருக்குத்தான். 'அவன் குதிரையை அடக்கத் தேவையில்லை. அடிபடாமல் திரும்பி வந்தாலே போதும்.' கடவுளைப் பிரார்த்தனை செய்தபடியே மைதானத்துக்குள் அனுப்பிவைத்தார் மன்னர் பிலிப். சுற்றிலும் இருந்த வீரர்களை ஒருமுறை பார்த்தார். அவர்கள் நிமிர்ந்து நின்றுகொண்டனர்.

'ஏதாவது பிரச்னை என்றால் உத்தரவுக்காகக் காத்திராமல் களத்தில் குதித்து அலெக்சாண்டரைக் காப்பாற்றவேண்டும்' என்பதுதான் மன்னருடைய பார்வைக்கு அர்த்தம். அதை ஆமோதிப்பது போலவே நிமிர்ந்து நின்று தாங்கள் தயாராக இருப்பதாக மன்னருக்கு உணர்த்தினார்கள். இதுபோன்ற குறிப்பால் உணரும் சங்கதிகள் மாசிடோனியாவில் அதிகம் அமலில் இருந்தன. அரண்மனையிலும் சரி, யுத்தக்களத்திலும் சரி, சமிக்ஞைகள் பிரதான இடம் வகித்தன.

இப்போது மைதானத்தில் இறங்கியிருந்தான் அலெக்சாண்டர். குதிரையை நெருங்கினான். வானத்தை அண்ணாந்து பார்த்தான். குதிரையின் பளபளக்கும் சருமத்தில் தன் விரல்களை ஓடவிட்டான். முரட்டுத்தனமாக அதைப் பிடித்து இழுக்கவில்லை. தாவி அதன் முதுகில் ஏறவில்லை. ஒரு முறை அந்தக் குதிரையைச் சுற்றிவந்தான். பிறகு, அந்தக் குதிரையைத் தொட்டுத் தொட்டு மெல்ல எதிர் திசையில் திருப்ப முயற்சி செய்தான்.

கூடியிருந்த அத்தனைபேருக்கும் ஆச்சரியம். என்ன செய்கிறான் இவன்? அப்படியே நகர்த்தி நகர்த்தி வெளியில் கொண்டு வந்துவிடப் போகிறானா? அரண்மனைத் தோட்டத்தில் கட்டி வைத்து விளையாடப் போகிறானா? சிறுவர்கள் பங்கேற்கும் விளையாட்டா இது? மாபெரும் வீரர்கள், வீர பத்திரன் பேரன்கள் எல்லாம் சரிந்து விழுந்திருக்கிறார்கள். ஒரு சிறுவனா அடக்கப்போகிறான் அந்தச் சண்டிக்குதிரையை? ஹூம், என்ன செய்வது? மன்னருடைய வாரிசு. வாய் விட்டுச் சிரித்தால் தலையே போனாலும் ஆச்சரியப்படுவதற்கில்லை.

ஆரவாரம். கூச்சல். ஆர்ப்பாட்டம். அலெக்சாண்டரின் கவனம் குதிரை மீது மட்டுமே இருந்தது. சுற்றிலும் உள்ள கூட்டம், மன்னரான தந்தை, இதற்கு முன்னால் தோற்று அடிவாங்கி நிற்கும் வீரர்கள். எதைப் பற்றியும் சிந்திக்க வில்லை அவன். சில நொடிகளில் அந்தக் குதிரையை எதிர்த்திசையில் திருப்பி நிறுத்தினான். பிறகு, ஒரே தாவு. மின்னல் வேகத்தில் குதிரை மீது ஏறிவிட்டான்.

'ஆ, என் மகனே!' வாய் விட்டுக் கூச்சல் போட்டுவிட்டார் மன்னர் பிலிப். அரங்கத்தில் இருந்த அத்தனை பேரும் துள்ளி எழுந்தார்கள்.

அந்தக் குதிரையின் மீது அமர்ந்தபடியே மைதானம் முழுவதையும் ஒருமுறை சுற்றிவந்த பிறகு சர்வ சாதாரணமாக தாவிக் குதித்து இறங்கினான் அலெக்சாண்டர்.

'பிலிப் ஓடோடி வந்தார். மகனே என் சமர்த்து. என்ன செய்தாய்? எப்படிச் செய்தாய்? சொல், சொல்.'

தோள்களைக் குலுக்கிக்கொண்டே பதிலளித்தான் அலெக்சாண்டர்.

'அப்பா, அந்தக் குதிரை வேண்டுமென்றே சண்டி செய்யவில்லை. சூரிய ஒளி அதன் கண்களில் விழுந்து அதை வெறி கொள்ளச் செய்திருக்கிறது. குதிரையை எதிர்த் திசையில் செலுத்தினேன். ஒத்துழைத்தது. அவ்வளவுதான்.'

குதிரை அடக்குவதை வெறுமனே வேடிக்கை பார்க்க வந்த அந்த அலெக் சாண்டர், மாவீரன் அலெக்சாண்டராக உருமாறத் தொடங்கியது அந்தப் புள்ளியில் இருந்துதான்.

இனி அந்தப் புள்ளிக்குக் கொஞ்சம் முன் சென்று பார்த்துவிட்டு வரலாம்.

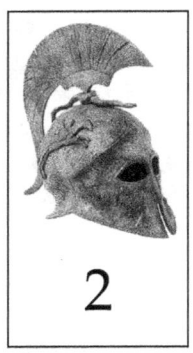

2

ஜூலை 26

பொழுது விடிவதற்கு இன்னும் அரை மணியோ அல்லது ஒரு மணியோ இருந்தது. மாசிடோனிய மன்னர் பிலிப் பூஜையறையில் மௌனமாகப் பிரார்த்தனை நடத்திக் கொண்டிருந்தார்.

சூரியன் சோம்பல் முறிப்பதற்கு முன்னர் பூஜை* செய்துவிட வேண்டும் என்பது மாசிடோனியர்களின் உதிரத்தோடு கலந்துவிட்ட விஷயம். இதில் மக்கள், மன்னர் என்று எந்தப் பாகுபாடும் இல்லை.

அறைக்கு வெளியே பயபக்தியோடு மூத்த படைத்தளபதி பார்மீனியோ மற்றும் அமைச்சர்கள். இளைய தளபதிகள். சேனாதிபதிகள்.

பூஜை. மன்னர் தினமும் செய்வதுதான். ஆனால் அன்று மட்டும் கொஞ்சம் கூடுதல் நேரம் எடுத்துக் கொண்டிருந்தார். அதற்குக் காரணமும் இருந்தது. இல்லீரியா நகரின் மேல் படையெடுக்க மாசிடோனியப் படைகள் தயாராக இருந்தன.

ஆகவேதான், இறைவனிடம் சிறப்புப் பிரார்த்தனை. கூடுதல் கோரிக்கைகள். மக்கள் மன்னனிடம் கோரிக்கை வைப்பார்கள். மன்னர் இறைவனைத் தவிர வேறு யாரிடம் கோரிக்கை வைப்பார்? வேண்டுதல் தன்னுடைய வெற்றிக்காக. தன்னுடைய வீரர்களின் வெற்றிக்காக. மாசிடோனியாவின் வெற்றிக்காக.

---

* மாசிடோனியர்களுக்கு நிறைய தெய்வங்கள் உண்டு. அத்தீனே (Athene) கல்விக்கான தெய்வமாக வணங்கப்படுகிறது. நம்மூர் சரஸ்வதிபோல. அப்போலோ (Apollo) நோய் தீர்க்கும் விஷயங்களுக்காகவும், ஆரெஸ் (Ares) யுத்த விஷயங்களுக்காகவும், ஹெர்மஸ் . (Hermes) பயணத்துக்காகவும் வணங்கப்பட்டன.

பூஜை முடிந்து மன்னர் பிலிப் வெளியே வந்தார். அமைச்சரும் பிரதானிகளும் எழுப்பிய வாழ்த்து கோஷங்கள் அவரது செவிகளில் நிறைந்தன. அரண்மனை வாசலை அடைந்தார். அவருடைய குதிரை தயாராக நின்று கொண்டிருந்தது. தாவி ஏறினார். அவருக்குள்ளிருந்த வேகம், குதிரையின் பாய்ச்சலில் பிரதிபலித்தது. சில நிமிடங்களில் போர்க்களம் அவரது இருவிழிகளில் நிறைந்திருந்தது.

மாசிடோனிய படைகள் காத்திருந்தன. மன்னருடைய உதட்டசைவுக்காக. அசைத்தார். தொடங்கியது யுத்தம். இருதரப்பினரும் கடுமையாக மோதிக் கொண்டனர். சேதங்கள். இழப்புகள். உயிர்ப்பலிகள். இருபக்கமும்தான். ஆனால் இல்லீரியாவுக்குக் கொஞ்சம் கூடுதல். அதுதான் மன்னர் பிலிப்பின் ஆளுமை.

'ம், வேகமாக முன்னேறுங்கள்' உத்தரவிட வேண்டிய இடத்தில் உத்தரவிடுவார்.

'சபாஷ். அப்படித்தான் வளைத்துப் பிடித்துத் தாக்கு!' உற்சாகப்படுத்த வேண்டிய இடத்தில் உற்சாகப்படுத்துவார். அவருடைய வீரர்களுக்கு அவர் உதிர்க்கிற ஒவ்வொரு வார்த்தையும் மந்திரச் சொற்கள்.

மாசிடோனியக் குதிரைப்படை இல்லீரியர்களை நெட்டித் தள்ளியது. குதிரைகள், பின்னங்கால்கள் இரண்டையும் பூமியில் அழுத்தி, முன்னங் கால்களை எட்டடிக்கு உயர்த்தியதைப் பார்த்த மாத்திரத்திலேயே உயிர்விடத் தயாராக இருந்தனர் இல்லீரிய வீரர்கள்.

'எதிரிகளின் தலைகள் உருளட்டும். இன்னும் வேகமாக...'

காலாட்படை உக்கிரத்தோடு முன்னேறியது. மன்னர் பேச்சுக்கு மறு பேச்சு இல்லாமல் இல்லீரியர்களின் தலைகள் கீழே உருண்டு மண்ணைச் செம்மண்ணாக்கின.

இன்னும் சிறிது நேரத்தில் இல்லீரியா கைக்குள் வரப்போகிறது. மாசி டோனியப் படை இல்லீரியப் படைகளைத் துவம்சம் செய்து கொண்டிருந்தது. மன்னர் பிலிப் உற்சாகத்தின் உச்சகட்டத்தில், போரின் போக்கை கவனித்துக்கொண்டிருந்தார். அப்போது அவருக்குப் பின்புறம் குதிரைகளின் குளம்படிச் சத்தம் வெகு அருகில் கேட்டது. திரும்பினார்.

'மாமன்னருக்கு எங்கள் வணக்கம்.'

நான்கடி தூரத்தில் நான்கு வீரர்கள் நின்று கொண்டிருந்தனர். அவர்களை ஏற இறங்கப் பார்த்தார். போரில் ஈடுபட்டவர்கள் போலத் தெரியவில்லை. ஆடையில் சகதி இல்லை. ஒரு தும்பு தூசு இல்லை. யார் இவர்கள்?

அவர்களே சொன்னார்கள்:

'நாங்கள் மாசிடோனிய வீரர்கள்.'

புரிந்துவிட்டது மன்னருக்கு.

‘ஓ, உள்நாட்டுப் பாதுகாப்பு வீரர்களா?★ எதற்காக யுத்தக்களத்துக்கு வந்திருக்கிறீர்கள்?’

‘மன்னரே, மகிழ்ச்சியான செய்தியைச் சுமந்து வந்திருக்கிறோம்.’

‘சொல்லுங்கள்.’

‘தங்களுக்கு ஆண் வாரிசு பிறந்திருக்கிறது.’

கம்பீரம் குறையாமல் நெஞ்சை நிமிர்த்தியபடி நின்று கொண்டிருந்த மன்னர் பிலிப்பின் முகத்தில் சட்டென சந்தோஷ ரேகைகள் பூத்தன. உற்சாகம் கொப்பளித்தது.

‘கடவுளே, மிக்க நன்றி. என் வாரிசு உருவாகி விட்டான். அலெக்சாண்டர். இதுதான் அவனுக்கு நான் சூட்டப்போகும் பெயர்.’

அந்த மகிழ்ச்சி அடங்குவதற்குள் மேலும் சில வீரர்கள் மன்னரை நோக்கி ஓடிவந்தார்கள். அவர்களது முகத்திலும் மகிழ்ச்சியின் பிரதிபலிப்புகள்.

‘மன்னரே, தங்களுடைய குதிரை ஒலிம்பிக் பந்தயத்தில் வெற்றி வாகை சூடிவிட்டதாகத் தகவல் வந்திருக்கிறது.’

மன்னருக்கு உற்சாகம் பிடிபடவில்லை.

‘நிச்சயமாக என் மகன் அதிர்ஷ்டக்காரன். பிறக்கும்போதே வெற்றியைக் கொண்டுவந்திருக்கிறான். உடனடியாக அவனுடைய முகத்தைப் பார்க்க வேண்டும். யுத்தம் முடியட்டும்.’

மனத்துக்குள் சொல்லி, சமாதானம் செய்து கொண்டாரே தவிர இருப்புக் கொள்ளவில்லை. யுத்தம் எப்பொழுது முடியும் என்று துடிப்பாக இருந்தது. அவரை நீண்ட நேரம் தவிக்கவிட்டுவிட்டு, இறுதியாக, தளபதி பார்மீனியோ அந்த வார்த்தைகளைச் சொன்னார்.

‘இல்லீரியா தங்களின் பொற்பாதங்களில் விழுந்துவிட்டது.’

அவ்வளவுதான்! பிலிப்பின் குதிரை நான்கு கால் பாய்ச்சலில், நாற்பது குதிரைகளின் வேகத்தில் அரண்மனை நோக்கிச் சென்று கொண்டிருந்தது.

•

மாசிடோனியாவின் தலைநகர் பெல்லா. கம்பீரமும் பிரம்மாண்டமும் கலந்த கலவையாக பிலிப்பின் கோட்டை. மலைக்க வைக்கும் மதில் சுவர்கள். அழகான மரவேலைப்பாடுகள். உள்ளே, வெளியே என்று எங்குபார்த்தாலும் ஆள், அம்பு, சேனைகள். வழியில் விரிக்கப்பட்டிருந்த

★ யுத்தக்களத்துக்கு நேரடியாக வராமல், வெறுமனே உள்நாட்டுக்குள் பாதுகாப்புப் பணிகளை மேற்கொள்ளும் வீரர்கள்.

பட்டுக்கம்பளத்தின்மீது நடக்க ஆரம்பித்தார் பிலிப். அந்தப்பாதை அந்தப்புரம் நோக்கிச் சென்றது. அவரைப் பின்தொடர்ந்து தளபதி பார்மீனியோ உள்ளிட்ட அமைச்சர்களும் சென்றார்கள்.

அந்தப்புரத்துக்கு வெளியே மற்றவர்கள் எல்லாம் காத்திருக்க, மன்னர் பிலிப் மட்டும் உள்ளே நுழைந்தார். ஒய்யாரக் கட்டிலில் படுத்திருந்தாள் ஒலிம்பியஸ் (Olympias).

பிரசவத்தால் ஏற்படும் உடல் அசதிகள் மன்னர் பிலிப்பின் மனைவி என்பதற்காக ஒதுங்கி வழிவிட்டுவிடுமா என்ன? வலி. ரணம். கம்மிய குரலோடு முனகிக் கொண்டிருந்தாள். கூடவே, மருத்துவம் பார்த்த பெண் மணி. இன்னும் சில பெண்கள். அறைக்குப் பின்பக்கம் அரண்மனை மருத்துவர் நின்று கொண்டிருந்தார்.

எங்கே என் மகன்? குழந்தையை வாரி அணைக்க ஓடினார் மன்னர். அருகே இருந்தவர்கள் தடுத்ததால் கொஞ்சம் நிதானம் காட்டினார். முகத்தைப் பார்த்தார். இளமஞ்சள் நிறம். உடலும்கூட கிட்டத்தட்ட அதேநிறம். மெல்ல தொட்டுப் பார்த்தார். மெத் மெத்தென்று இருந்தது. குழந்தையின் கண்களைப் பார்த்தார்.

'என் மகனே அலெக்சாண்டர்.'

மன்னர் பிலிப் வாய்திறந்து சொன்னபிறகுதான் ஒலிம்பியஸ் கண்களைத் திறந்து பார்த்தாள். அவளிடமிருந்து புன்னகை கூட இல்லை. சொல்லப் போனால் அவரைப் பார்த்ததில் அவளுக்கு எந்த சந்தோஷமும் இல்லை. அவரும் அவளுடைய கேசத்தை விரல்களால் வருடிக்கூடக் கொடுக்க வில்லை. அதை ஒலிம்பியஸும் எதிர்பார்க்கவில்லை.

இருவருக்கும் இடையே அப்படியொரு பரஸ்பர 'புரிதல்'. காரணங்கள் நிறைய. உடல் ரீதியான நெருக்கம் மட்டும் இருந்து கொண்டிருந்தது. அதற்கு சாட்சியமாகக் குழந்தை. ஆனால், மனரீதியாக? ம்ஹூம். கொஞ்சமும் கிடையாது.

பிலிப் குழந்தையையே வைத்த கண் விலகாமல் பார்த்துக் கொண்டிருந்தார்.

'இன்றைக்கு என்ன தேதி?'

பிலிப் கேட்டார்.

'356, ஜூலை 26.'

பதில் வந்தது தளபதியிடம் இருந்து.

'நல்லது. புறப்படலாம்.'

அடுத்த விநாடி அந்தப்புரத்தில் இருந்து வெளியே வந்தார் மன்னர் பிலிப்.

அன்று இரவு முழுக்க மன்னர் பிலிப்புக்குத் தூக்கமே வரவில்லை. மகிழ்ச்சி. சந்தோஷம். உற்சாகம். கண்களை மூடிக் கடவுளை வேண்டினார்.

‘கடவுளே, சந்தோஷமான செய்திகள் அடுக்கடுக்காகக் காதில் விழுந்து விட்டன. கண்பட்டுவிடுமோ என்று பயமாக இருக்கிறது. ஏதேனும் கசப்பான செய்தி இருந்தால் அது என் கவனத்துக்கு வர ஏற்பாடு செய்.’

பொழுது விடிந்தது. மன்னரைப் பார்ப்பதற்காக சில வீரர்கள் வந்திருந்தனர். அவர்களைப் பார்த்த மாத்திரத்திலேயே ஏதோ அவசரச் செய்தி கொண்டு வந்திருக்கிறார்கள் என்பது மன்னருக்குப் புரிந்துவிட்டது.

‘வந்த விஷயத்தைச் சொல்லுங்கள்.’

‘ஆர்ட்டிமிஸ் ஆலயம் எரிந்துவிட்டது மன்னரே.’

ஆசியா மைனரின் (Minor Asia) எபீஸஸ் என்கிற இடத்தில் உள்ள ஆர்ட்டிமிஸ் என்கிற தெய்வத்தின் ஆலயம் அது. யாரோ ஒரு பைத்தியக் காரனின் கைங்கர்யம்.

பதில் எதுவும் பேசவில்லை. பேசுவதற்கு அப்போது வார்த்தைகளும் அவரிடம் இல்லை. கடவுளை நினைத்துக் கொண்டார்.

சட்டென்று மகனின் நினைப்பு வரவே, அந்தப்புரத்தை நோக்கி நடந்தார். குழந்தை ஆழ்ந்து உறங்கிக் கொண்டிருந்தது.

•

குழந்தைக்குப் பெயர் சூட்டும் விழாவை தடபுடலாக நடத்தினார் பிலிப். அக்கம் பக்கத்து தேசத்து மன்னர்கள், உறவினர்கள், குடிமக்கள் எல்லோரும் மன்னர் பிலிப்பின் மாளிகையில் நிரம்பியிருந்தனர். வந்திருந்த அத்தனை பேரையும் நன்றாக உபசரித்து அனுப்ப உத்தரவிட்டிருந்தார் மன்னர். நூற்றியாறு வகை பதார்த்தங்கள் விருந்தில் பரிமாறப்பட்டன.

அது என்ன நூற்றியாறு?

அதன் கூட்டுத்தொகை ஏழு. இதுதான் மாசிடோனியர்களின் அதிர்ஷ்ட எண்.

மாளிகையின் மைய மண்டபத்தில் எல்லோரும் குழுமியிருந்தனர். மன்னர் பிலிப் வந்தார். குழந்தைக்கும் தாய்க்கும் அலங்காரங்கள் செய்யப் பட்டிருந்தன.

‘என்னுடைய மகனுக்கு அலெக்சாண்டர் - Alexandros (Allexander III) என்று பெயர் சூட்டுகிறேன்.’

‘இளவரசர் அலெக்சாண்டர் வாழ்க!’

வாழ்த்து கோஷத்தைத் தொடங்கி வைத்தவர் தளபதி பார்மீனியோ. இதற்காகவே காத்துக் கொண்டிருந்தவர்கள் போல விழாவுக்கு வந்திருந்த விருந்தினர்கள், மாசிடோனிய வீரர்கள் என எல்லோரும் அரண்மனை அதிரும் அளவுக்கு வாழ்த்துக் கோஷங்களை இடைவெளி இல்லாமல் எழுப்பினர்.

கைகளை உயர்த்தி எல்லோரையும் அமைதி காக்கச் சொன்னார் மன்னர் பிலிப்.

'அலெக்சாண்டரை ஒரு வீரமகனாக வளர்ப்பதுதான் எனது கனவு. விருப்பம். ஆசை. எல்லாமே. அதன்மூலம் யாராலும் வெல்ல முடியாத மாவீரனாக மாற்றுவதுதான் எனது அடுத்த வேலை.'

மீண்டும் மண்டபம் வாழ்த்துக் கோஷங்களால் அதிர்ந்தது.

வந்திருந்தவர்கள் அனைவருக்கும் விதவிதமான, விலையுயர்ந்த பரிசுகள் தரப்பட்டன.

•

மன்னர் பிலிப்பின் மீதுதான் ஒலிம்பியஸுக்குக் கோபமே தவிர குழந்தை அலெக்சாண்டர் மீது இல்லை. அப்படியென்ன கோபம் பிலிப் மீது? அல்லது ஒலிம்பியஸ் மீது பிலிப்புக்கு?

வீட்டுக்கு வீடு வாசல்படி என்பார்களே. அதுதான். கணவன் - மனைவி இடையே கருத்து வேறுபாடு என்பது காலம், இடம், இனம், மதம் கடந்த விஷயம். எப்படி ஒரு தம்பதி அணுக்கத் தம்பதியாக, ஆதர்ஸ தம்பதியாக இருக்கிறார்களோ அதேபோல இந்தக் கருத்து வேறுபாடுகளும் சகஜ மானவைதான்.

சின்னச் சின்ன விஷயங்கள். உங்களுக்குப் பிடிக்கிறது, ஆனால் எனக்குப் பிடிக்கவில்லை, உனக்காக நான் என்னை மாற்றிக்கொள்ள முடியாது போன்ற குடும்பத்தில் வரும் சின்னச்சின்ன சங்கதிகள். சின்ன விஷயம் சில நேரங்களில் விஸ்வரூபம் எடுத்துவிடுமே.

பிலிப் - ஒலிம்பியஸ் விவகாரத்திலும் அதுதான் நடந்தது. முதலில் கீறல். பிறகு விரிசல். விரிசல் விரிவடைந்து உடைந்து விழும் முன்னரே, பேசி சரிபடுத்திக் கொண்டார்கள். மீண்டும் சேர்ந்து வாழ்ந்தார்கள். ஒரே அரண் மனையில், ஆனால் எதிரெதிர் துருவங்களாக.

ஒலிம்பியஸ் அதைப் பற்றிப் பெரிதாக அலட்டிக்கொள்ளவில்லை. அதற்காகத் தவறான பாதையையும் தேர்வு செய்யவில்லை. ஆனால் மன்னர்? தடம் புரண்டார். வேறு பெண்களும் அவரது வாழ்க்கையில் இடம்பெற ஆரம்பித்தார்கள்.

அப்போதுதான் அங்கு வந்து போயிருந்தார் பிலிப். குழந்தையை எடுத்து தன் அருகில் போட்டுக் கொண்டாள் ஒலிம்பியஸ். அதன் ஒவ்வொரு ஸ்பரிசமும் அந்தத் தாயின் மனத்தில் ஏகப்பட்ட எண்ணங்களை விதைத்தன. 'இவன் என் மகன். எனக்கானவன். என் இஷ்டப்படிதான் வளர்ப்பேன். இவன் மீது அவருக்கு எந்த உரிமையும் கிடையாது. நான் கொடுப்பதாகவும் இல்லை.'

குழந்தையைப் பார்த்துவிட்டு, தன் அறையை நோக்கி நடந்துபோய்க் கொண்டிருந்த பிலிப்பின் மனத்தில், அலெக்சாண்டர் பற்றிதான் சிந்தனைகள் ஓடிக் கொண்டிருந்தன.

‘என் மகன் அலெக்சாண்டர், அவனது அம்மாவின் அன்புக்கு அடிமைப் பட்டுவிடக்கூடாது. எந்தக்காலத்திலும், எந்தக் கணத்திலும். என்னைவிட பலமடங்கு வீரனாக அவனை வளர்க்கப் போகிறேன். ஆனால் அன்பு, வீரனையும் அடிமைப்படுத்திவிடும். அவன் தந்தையின் பிள்ளையாக வளர வேண்டும். வளர்ப்பேன்.’

விளைவு, தந்தை - தாய் இருவருக்கும் மகன் மீது யார் அதிக பாசம் காட்டுவது என்பதில் போட்டாபோட்டி நடந்து கொண்டிருந்தது.

குழந்தையைக் குளிப்பாட்டுவது முதற்கொண்டு எல்லா விஷயங்களையும் தாய் என்ற முறையில் ஒலிம்பியஸே செய்துவந்தாள். சாப்பிடுவதற்கு எந்தக் குழந்தைதான் அடம் பிடிக்காது? அலெக்சாண்டரும் அப்படித்தான்.

சோறு ஊட்டும்போது கிரேக்க வரலாற்றுக்கதைகளைச் சொல்லிக்கொண்டே இருப்பாள் ஒலிம்பியஸ். கிரேக்க தேசத்து மாமன்னர்களின் வரலாற்றில் வீரத்துக்கா பஞ்சம்? அத்தனையும் அவள் சிறுவயதில் கேட்டவை. அதனால் மனத்தில் அப்படியே தங்கியிருந்தன. இப்போது அலெக்சாண்டருக்குப் பயன்பட்டுக் கொண்டிருந்தது.

வீரக் கதைகளை அதன் பிரமிப்பு குறையாமல் சொல்வாள் ஒலிம்பியஸ். போர்க்காட்சிகளை வர்ணிப்பாள். மாட, மாளிகைகளை வர்ணிப்பாள். அத்தனை விஷயங்களையும் இமைக்காமல் கேட்டுக் கொண்டிருப்பான் அலெக்சாண்டர். உள்ளே கதையோடு உணவும் இறங்கிக் கொண்டிருக்கும்.

அந்த வழியாகச் செல்லும்போது இதை நோட்டமிட்டபடியே செல்வார் பிலிப். அப்போதெல்லாம் அவருடைய மனம் பதைபதைக்கும்.

ஏன் பதைபதைப்பு?

பெரிய பெரிய பாம்புகள் அந்தப்புரத்தில் நெளிந்து கொண்டிருக்கும். அத்தனையும் ஒலிம்பியஸின் செல்லப் பாம்புகள். சிலருக்குப் பூனை வளர்ப்பது பிடிக்கும். சிலருக்குப் புறா வளர்ப்பது பிடிக்கும். இன்னும் சிலருக்கு நாய்க்குட்டி என்றால் கொள்ளை இஷ்டம்.

ஆனால், ராணி ஒலிம்பியஸ்...?

கொஞ்சம் அல்ல, நிறையவே வித்தியாசமானவள். பாம்புகள்தான் அவளுடைய பாசத்துக்குரியவை. நூதனமான பழக்கம். சிறுவயதில் இருந்து பழகிய பழக்கம். பாம்பு வளர்ப்பு பற்றி யார் குறை சொன்னாலும் அவள் பெரிதாக அலட்டிக் கொண்டதில்லை. ஒருவேளை பாம்புக்கு காது கிடையாது. ஆகவே, பாம்பு பற்றிய விமரிசனத்தையும் காதில் வாங்கக் கூடாது என்று நினைத்திருப்பாளோ என்னவோ?

‘அந்தப்புரத்தில் பாம்பு வளர்க்காதே’ என்றார் பிலிப்.

‘அது என் இஷ்டம்’ என்றாள் ஒலிம்பியஸ்.

கணவன்-மனைவி சண்டை இப்படித்தான் ஆரம்பமானது. தண்ணீர்ப் பாம்பாக ஆரம்பித்தது, பின் வளர்ந்து வளர்ந்து இப்போது மலைப் பாம்பாக விசுவரூபம் எடுத்திருந்தது.

எங்கே தன் மகனை பாம்புகள் தீண்டிவிடுமோ என்று பயந்தார் பிலிப். அதைச் சொன்னால் மீண்டும் சச்சரவாகிவிடும் என்பதால் பல்லைக் கடித்துக் கொண்டு அமைதியாக இருந்தார்.

•

ஒருகட்டத்தில் உணவைவிட அதிகமாகக் கதைகளைச் சாப்பிட ஆரம்பித் தான் அலெக்சாண்டர். தந்தையைப் பார்க்கும்போதெல்லாம் ஒரு குச்சியை அங்கும் இங்கும் லாகவமாக வீசிக் காண்பித்தான்.

கதைகளில் வரும் வீர மன்னர்களைப் போல தானும் வாளை எடுத்து வீச வேண்டும், கத்தியைச் சுழற்றவேண்டும் என்றெல்லாம் அவன் ஆசைப் படுகிறான் என்பதை பிலிப்பால் புரிந்துகொள்ள முடிந்தது. மகன் பேசு வதைக் கேட்கக் கேட்க, மன்னர் பிலிப்பின் உள்ளத்துக்குள் உற்சாக ஊற்று.

'தெரிந்தோ தெரியாமலோ நல்லது செய்திருக்கிறாள் ஒலிம்பியஸ். அவளுக்கு என் மானசீகமான நன்றி. எது எப்படியோ வீரம் அலெக் சாண்டரின் மனத்துக்குள் விதைக்கப்பட்டால் சரிதான்.'

மகனுடைய விருப்பமே தன்னுடையதாகவும் இருந்ததால் வீரவிளை யாட்டுகள், பயிற்சிகளுக்கு ஏற்பாடு செய்தார். வீரவிளையாட்டுகள் என்றால்? அந்த வயதுக்கு ஏற்ற வாள் பயிற்சி, வில் பயிற்சி, மற்போர், குத்துச் சண்டை போன்ற சங்கதிகள்தான். ஆர்வம் பொங்க பயிற்சிகளில் தன்னை ஈடுபடுத்திக் கொண்டான் அலெக்சாண்டர்.

•

விடியற்காலை நேரம். பூஜை புனஸ்காரங்களை எல்லாம் முடித்துக்கொண்டு தன்னுடைய நண்பனோடு வாள் பயிற்சியில் ஈடுபட்டிருந்தான் அலெக் சாண்டர். பெயருக்குத்தான் பயிற்சியே தவிர, உண்மையில் அது ஒரு போட்டியாகவே நடந்து கொண்டிருந்தது. அந்த வழியாக வந்த மன்னர் பிலிப், போட்டியைக் கவனித்தார்.

சுவாரஸ்யமாகப் போய்க்கொண்டிருந்தது. நின்ற இடத்தைவிட்டு நகராமல் போட்டியை ரசிக்க ஆரம்பித்தார், உன்னிப்பாக.

இன்னும் ஓரிரு நிமிடங்களில் வெற்றி அலெக்சாண்டருக்கு என்கிற மாதிரி நிலைமை.

போட்டி மும்முரத்தில் இருந்த அலெக்சாண்டர் ஒரு கணம் நண்பனுடைய கண்களைப் பார்த்தான்.

'என்னை விட்டுவிடு. இந்தமுறை நான் ஜெயித்துவிடுகிறேன். விட்டுக் கொடுத்துவிடு' - நண்பனுடைய பார்வை அப்படித்தான் பேசியது. இதற்கு

முன்னர் நடைபெற்ற பல போட்டிகளில் அலெக்சாண்டர்தான் வென்றிருக்கிறான். இந்தமுறை மட்டும் ஏன் நண்பன் வெற்றிபெறக்கூடாது? சட்டென்று தன்னுடயை தாக்குதலின் வேகத்தைக் குறைத்தான்.

போட்டி சமநிலையை அடைந்து, சில நொடிகளில் வெற்றி நண்பனின் பக்கம் போனது. அலெக்சாண்டரின் நண்பன்தான் வெற்றியாளன். குரு அறிவித்தார்.

'மகனே அலெக்சாண்டர்.'

தந்தையின் குரல் வந்த திசையைத் திரும்பிப் பார்த்தான் அலெக்சாண்டர்.

'வெற்றியை யாருக்காகவும் எதற்காகவும் விட்டுக்கொடுக்காதே. அதைப் புறக்கணித்தால் அது உன்னைப் புறக்கணித்துவிடும். சரியா?'

'சரி' என்பதுபோலத் தலையை அசைத்துக் கொண்டான்.

வாள் வீசும் திறனும் குதிரையேறும் ஆற்றலும் மாத்திரம் இருந்தால் போதாது, அறிவிலும் தன்னுடைய வாரிசு சிறப்பு பொருந்தியவனாக வளர வேண்டும் என்று அமைச்சர்களிடம் அடிக்கடி சொல்லிக் கொண்டிருந்தார் மன்னர் பிலிப்.

அலெக்சாண்டரை யாரிடம் பாடம் சொல்லிக் கொள்ள அனுப்பலாம்? நிறைய யோசித்தார். பல பேரிடம் ஆலோசனை கேட்டார்.

லியோனிடஸ். மிகச்சிறந்த புத்திமான். தேர்ந்த கல்வியாளர். அற்புதமான இலக்கியவாதி. இப்படி அமைச்சரவை சகாக்கள் சொல்லி நிறைய கேள்விப் பட்டிருக்கிறார். அண்டை தேசத்து மன்னம் லியோனிடஸ் பற்றிப் பெருமையாகச் சொல்லியிருந்தார்.

ஒருவகையில் அவர் உறவினரும்கூட. உறவினர் என்றால்? ஒலிம்பியஸின் உறவினர். அவருக்கு அலெக்சாண்டரை மாணாக்கனாக்கிவிட்டால் பிறகு பிரச்னை இல்லை. ஒலிம்பியஸாலும் ஒரு குறையும் சொல்ல முடியாது. முடிவுக்கு வந்தார் மன்னர் பிலிப்.

தாய் ஒலிம்பியஸுடன் அரண்மனை முற்றத்தில் அமர்ந்து பேசிக் கொண்டிருந்தான் அலெக்சாண்டர். அவர்களை நோக்கி வேகமாக வந்தார் மன்னர் பிலிப். இதைக் கவனித்த ஒலிம்பியஸும் அலெக்சாண்டரும் விருட்டென எழுந்துகொண்டனர்.

'அலெக்சாண்டர், நாளை முதல் உன்னுடைய ஆசிரியர் மரியாதைக்குரிய லியோனிடஸ். அவரிடம்தான் எல்லா பாடங்களையும் கற்றுக்கொள்ள வேண்டும்.'

உரக்கச் சொல்லிவிட்டு நகர்ந்தார் மன்னர் பிலிப். சரியென்று தலை யாட்டினான் அலெக்சாண்டர். உண்மையில் அலெக்சாண்டருக்குச் சொல்ல வேண்டிய செய்தியில்லை அது. ஒலிம்பியஸின் காதில் விழவேண்டும் என்பதற்காகவே சொல்லப்பட்டது.

சொன்னபடியே மறுநாள் லியோனிடஸ் அரண்மனைக்கு வந்தார். வந்த நிமிடத்தில் இருந்தே பாலபாடங்கள் தொடங்கிவிட்டன. உறவினர் என்கிற அங்கியைத் தூக்கி ஓரமாக வைத்துவிட்டு ஆசிரியராக நடந்து கொண்டார். அவர் கண்டிப்பான ஆசிரியராகக் கருதப்பட்டதற்கு அதுதான் காரணம்.

நல்ல பழக்க வழக்கங்கள், உணவு முறைகள், பொதுஅறிவு, உலக அறிவு, இலக்கணம், இலக்கியம் என்று அலெக்சாண்டருடைய வயது மற்றும் முதிர்ச்சிக்குத் தகுந்தவாறு ஒவ்வொன்றாகச் சொல்லிக் கொடுக்கத் தொடங்கினார்.

முதலில் அறிவை விதைப்பதைக் காட்டிலும் ஆரோக்யத்தை வளர்ப் பதிலேயே லியோனிடஸின் கவனம் இருந்தது. அலெக்சாண்டருக்கு சத்தான காய்கறிகள், பழங்கள், உணவு வகைகளை வயதுக்குத் தகுந்தவாறு கொடுக்க வேண்டுமென அரண்மனை சமையல்காரர்களுக்கு உத்தரவிட்டிருந்தார்.

தினமும் காலை எழுந்தவுடன் காலைக்கடன்களை முடிக்கவேண்டும். பிறகு உடற்பயிற்சி. பாடல் பாடியபடியே பயிற்சிகளை சொல்லித் தருவார் லியோனிடஸ். சிறிதும் அலுப்புத் தட்டாமல் இருக்க அந்த ஏற்பாடு. பிறகு குளிர்ந்த நீரில் குளியல். உடனடியாக பூஜை. அதற்குப் பிறகுதான் சாப்பாடு. இதில் எந்தவித சமரசத்துக்கும் லியோனிடஸ் இடம் கொடுக்க மாட்டார்.

கண், காது, மூக்கு இந்த மூன்று உறுப்புகளின் முக்கியத்துவத்தை எடுத்துச் சொல்லி, அவற்றை எப்படிப் பராமரிப்பது என்று சொல்லித்தந்தார். அலெக் சாண்டர் என்ன செய்ய வேண்டும், எப்படிச் செய்ய வேண்டும், எப்போது செய்ய வேண்டும் என்று அவனது ஒவ்வொரு அசைவையும் லியோடனிஸ் தான் தீர்மானித்தார்.

ஓய்வு நேரத்தில் தான் கற்றுக்கொண்ட விஷயங்கள் பற்றி, தன் தந்தையிடம் பேசுவான் அலெக்சாண்டர். பிலிப்புக்கு திருப்தியாக சந்தோஷமாக இருக்கும்.

பாடம் புரியவில்லை என்றால் அவனுடைய முகமே காட்டிக்கொடுத்து விடும். அந்தச் சமயத்தில் லியோனிடஸ் தாமாகவே அவனிடம் என்ன ஏது என்று விசாரிப்பார். அவனுடைய சந்தேகங்களைக் களைந்துவிடுவார்.

அலெக்சாண்டருக்கும் அவ்வப்போது அலுப்பு தட்டும். அப்போதெல்லாம் தந்தை சொன்ன வார்த்தைகள் அவன் நினைவுக்கு வரும்.

'ஆசிரியர் எதைக் கற்றுக்கொடுக்கிறாரோ அதை மறுப்பு சொல்லாமல் கற்றுக்கொள். அதுதான் உன்னுடைய வளமான எதிர்காலத்துக்கான பாதை.'

இதனால் தனக்குப் பிடிக்காத விஷயமாக இருந்தாலும்கூட, 'முதலில் முழுமையாகத் தெரிந்துகொள்வோம், பிறகு அதை ஏற்பதா வேண்டாமா என்று முடிவு செய்து கொள்ளலாம்' என்று தன் அணுகுமுறையை மாற்றிக் கொண்டான் அலெக்சாண்டர். அதுதான் லியோனிடஸுக்கு மிகவும் பிடித்திருந்தது.

அலெக்சாண்டருக்குக் கடவுளை வழிபடுவது, பூஜை புனஸ்காரங்களில் ஈடுபடுவது என்றால் கொள்ளை இஷ்டம். பூஜையை முடித்ததும் தன் பங்குக்கு பூஜைகளைத் தொடங்குவான்.

ஒருநாள் அதிகாலை கர்மசிரத்தையாக பூஜை செய்து கொண்டிருந்தான் அலெக்சாண்டர். கடவுளின் சிலைக்கு எதிரே பட்டுத்துணி போட்டு அமர்ந்திருந்தான். கடவுளுக்கு முன் படைப்பதற்காக சில பதார்த்தங்கள் இருந்தன. கைக்கெட்டும் தூரத்தில் அக்னிக்குண்டம் இருந்தது.

அதில் சாம்பிராணி புகைந்து கொண்டிருந்தது. எப்போதுமே பூஜையறை நறுமணம் கமழ்வது சாம்பிராணி புண்ணியத்தால்தான் என்பதை லியோனிடஸ் அவனுக்குச் சொல்லியிருந்தார்.

அலெக்சாண்டர் தந்தையைப் போலவே சம்மணமிட்டு அமர்ந்து பூஜை செய்தான். கடவுளை வேண்டினான். வலது கையால் சாம்பிராணியை ஒரு கைப் பிடி எடுத்து அக்னி குண்டத்தில் போட்டான். அடுத்த நொடி புகை பீறிட்டுக் கிளம்பியது. பூஜை அறை புகை மண்டலமாக உருமாற்றம் அடைந்தது. கண் எரியவில்லையே தவிர, மற்றபடி எதுவுமே கண்களுக்குத் தெரியவில்லை.

பூஜையறை வழியாக வந்த லியோனிடஸ் அலெக்சாண்டரின் குறும்பைக் கவனித்துவிட்டார். காதுகள் சிவக்கும் அளவுக்கு அவருக்குக் கோபம் வந்துவிட்டது.

நேராக அலெக்சாண்டரை நோக்கி நடந்தார். நடந்துவருவது லியோனிடஸ் என்பது அவனுக்குச் சரியாகத் தெரியவில்லை. கண்களைக் கசக்கிக்கொண்டு பார்த்தான். லியோனிடஸேதான். நெஞ்சு திக் திக்கென அடித்துக்கொண்டது.

'சாம்பிராணி மிகவும் விலையுயர்ந்த பொருள். பலநாடுகளைத் தன்னுடைய வீரத்தால் வென்று அதன் பலனாக இவ்வளவு சாம்பிராணியைக் கொண்டு வந்திருக்கிறார் மன்னர். அதன் அருமை தெரியாமல் பொறுப்பற்ற முறையில் வீணடிக்கக் கூடாது. ஒருவேளை அதிகமாக செலவு செய்துதான் பூஜை செய்ய வேண்டும் என்று விரும்பினால் நீ பெரியவனாகி, நாட்டுக்கே மன்னனாகி, போரில் வெற்றி பெற்று சாம்பிராணியைக் கொண்டு வா. பிறகு தாராளமாகப் பயன்படுத்து.'

சுருக்கென்று இருந்தது அலெக்சாண்டருக்கு.

தவறு செய்தால் மாத்திரமே கடிந்துகொள்ளும் குணம் கொண்டவர் லியோனிடஸ் என்பது அலெக்சாண்டருக்கு நன்றாகவே தெரியும். அதனால் அவர் கடிந்து கொண்டதைப் பெரிதாக எடுத்துக்கொள்ளவில்லை.

பாடம் என்பது வெறுமனே இலக்கண, இலக்கியங்களைக் கற்றுக்கொள்வதோடு முடிந்துவிடுவதில்லை. உண்மையான பாடம் என்பது நல்ல பழக்கங்களை வளர்த்துக்கொள்ள உதவுவது. அதேபோல, கற்றுக்கொண்ட பாடங்கள் எதிர்காலத்தில் சிறந்த குடிமகனாக, ஆட்சியாளனாக மாறுவதற்கு உதவும் வகையில் இருக்க வேண்டும் என்பது லியோனிடஸின் கருத்து.

இதைத் தெள்ளத் தெளிவாக சொல்லிவிட்டுத்தான் பாடம் சொல்லிக் கொடுப்பதற்கே சம்மதம் தெரிவித்தார் லியோனிடஸ். அதற்கு மன்னர் பிலிப்பும் மனப்பூர்வமாக சம்மதம் கொடுத்திருந்தார். இதனாலேயே ஆசிரியர் கொஞ்சம் கடிந்து பேசினால்கூட அலெக்சாண்டர் அதற்காக அலட்டிக் கொள்வதில்லை. ஆசிரியரிடம் கோபித்துக்கொள்வதும் இல்லை.

அலெக்சாண்டருக்கு எட்டு வயது ஆனபோது அடிப்படைப் பாடங்களை ஆரம்பிக்கப்பட்டது. வாய்விட்டுப் படிப்பது, எழுதுவது, ஒப்புவிப்பது எல்லாமே அப்போதுதான் ஆரம்பமாயின.

●

மாலை நேரத்தில் இயற்கைக் காற்றை சுவாசித்தபடி பூங்காவில் ஓய்வெடுப்பது என்றால் மன்னர் பிலிப்புக்கு மிகவும் பிடிக்கும். ஒருநாள் அப்படி ஓய்வெடுத்துக் கொண்டிருந்தபோது திடீரென ஏதோ நினைவுக்கு வந்தவராக அலெக்சாண்டரை அவசரமாக அழைத்தார். அடுத்த நொடியே தந்தைக்கு முன்னால் வந்துநின்றான் அலெக்சாண்டர்.

'அலெக்சாண்டர், உன்னை ஒரு இடத்துக்கு அழைத்துச் செல்ல இருக்கிறேன், வருகிறாயா?'

'எப்போது போகலாம் தந்தையே?'

'இதோ, இப்போதே, இந்த நிமிடமே கிளம்பலாம்.'

இருவரும் நடக்கத் தொடங்கினர்.

அரண்மனையின் பின்பக்கம் இருக்கின்ற ஓர் அறைக்கு அழைத்துச் சென்றார் பிலிப். சில முக்கியமான விஷயங்களை அங்குவைத்து பேசுவதுதான் மன்னர் பிலிப்பின் வழக்கம். அக்கம் பக்கத்து தேச மன்னர்கள் எல்லாம் இங்கு அமர்ந்துதான் பிலிப்புடன் விவாதிப்பார்கள்.

பல சமயங்களில் இங்கிருந்து நேரடியாகவே யுத்தக்களத்துக்குச் சென்றிருக்கிறார். அதனால் நம்மிடம் ஏதோ முக்கியமான விஷயம் பற்றித்தான் பேசப் போகிறார் என்பது அலெக்சாண்டருக்குப் புரிந்துவிட்டது.

இருவரும் ஆளுக்கொரு ஆசனத்தில் அருகருகே அமர்ந்தனர். முதலில் மன்னர் பிலிப்தான் பேச்சைத் தொடங்கினார்:

'கிழக்கு திசையில் ஒரு வளமான நாடு இருக்கிறது. அதன் பெயர் இந்தியா. அங்கு ராமாயணம் என்கிற வீரகாவியம் உலகப் பிரசித்தி பெற்றது. வைரங்களும் மரகதங்களும் மாணிக்கங்களும் கொட்டிக் கிடக்கின்றன. வற்றாத ஜீவ நதியாக இருக்கின்ற கங்கை அங்குதான் இருக்கிறது. அதுதான் என் கனவு தேசம். அதை வெற்றி கொள்ள வேண்டும்'

மன்னர் பேசப்பேச அலெக்சாண்டருக்கு ஆச்சரியத்தில் புருவங்கள் உயர்ந்தன. மீண்டும் மன்னரே பேசினார்:

'ஒருவேளை அதை என்னால் அடைய முடியாதபட்சத்தில் நீதான் அதைச் சாதிக்க வேண்டும். நீ மட்டும்தான் அதைச் சாதிக்க முடியும். வெறும் பணத்துக்காகவோ நகைக்காகவோ நாடு பிடிக்கும் நோக்கத்துக்காகவோ இதைச் சொல்கிறேன் என்று நினைத்துவிடாதே. நம்முடைய வீரம் பறை சாற்றப்பட வேண்டும். இந்தியக் கலாசாரத்தை நம்முடைய மக்களுக்கு அறிமுகம் செய்து வைக்க வேண்டும். இந்த இரண்டும்தான் என்னுடைய நோக்கங்கள்.'

தந்தையிடம் இருந்து வரும் ஒவ்வொரு வார்த்தையையும் உன்னிப்பாகக் கவனித்துக் கொண்டிருந்தான் அலெக்சாண்டர். அவர் பேசி முடித்ததும் அலெக்சாண்டர் சொன்னான்:

'தந்தையே, உங்களுடைய கனவைப் பூர்த்தி செய்வது என்னுடைய கடமை. அதற்காகக் கடுமையான உழைப்பைச் செலவிடத் தயாராக இருக்கிறேன். இன்று முதல் இந்தியா பற்றிய தகவல்களைச் சேகரிக்கப் போகிறேன்.'

அன்று இரவு முழுக்க இந்தியா பற்றிய நினைவாகவே இருந்தது அலெக்சாண்டருக்கு.

எப்படி இருக்கும் அந்த நாடு? அங்குள்ள மனிதர்கள் எப்படிப்பட்டவர்கள்? பெரும் வீரர்களா? இந்திய மன்னர்களின் போர் முறை எப்படி இருக்கும்? ஆயுதங்கள்? யோசித்துக் கொண்டே தூங்கிப் போனான். அவனது கனவுக் குதிரை இந்தியாவை நோக்கிச் சென்றுகொண்டிருந்தது.

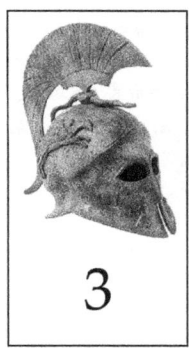

3

ஆசான் அரிஸ்டாட்டில்

சாதனைகள் செய்தால் பரிசு கிடைப்பது தவிர்க்கமுடியாத நிகழ்வு. கொடுத்த வாக்கின்படி பியூசிபேலஸ் குதிரையை அடக்கியதற்காக அலெக்சாண்டருக்கு அன்புப் பரிசாகக் கொடுத்தார் மன்னர் பிலிப். 'உன்னுடைய சாதனைக்கு அரசையே உன்னிடத்தில் ஒப்படைக்கவேண்டும். அதுவேகூட சிறிய பரிசுதான். இப்போதைக்கு குதிரை மட்டும்.'

தந்தையின் அன்புப் பரிசான பியூசிபேலஸ் குதிரையை அன்போடு வாரி அணைத்துக் கொண்டான் அலெக்சாண்டர். சில நிமிடங்களுக்கு முன் பெரும் ஜனத்திரளையே மிரள வைத்த குதிரை, செல்லம் கொஞ்சிக் கொண்டு அலெக்சாண்டரின் அருகில் நின்றிருந்தது.

அலெக்சாண்டர் குதிரையை அடக்கிய சம்பவத்தை அட்சரம் பிசகாமல் காட்சி வாரியாக லியோனிடஸிடம் விவரித்தார் மன்னர் பிலிப். பூரிப்பாக இருந்தது லியோனிடஸுக்கு. ஆனாலும் அவருடைய முகத்தில் லேசான சோக ரேகைகள். பதறிய மன்னர் என்ன ஏது என்று விசாரித்தார்.

தனக்கிருக்கும் வேலை காரணமாகத் தொடர்ந்து இந்த வீரமகனுக்கு கல்விப் பயிற்சி அளிக்க முடியாத நிலைமை என்றும், அருள்கூர்ந்து தனக்கு விடை தருமாறும் வேண்டினார் லியோனிடஸ்.

வேறு வழியில்லை. சரியென்று தலையசைத்தார் மன்னர் பிலிப். அலெக்சாண்டரின் எதிர்காலம் மற்றும் கல்வி குறித்த தீவிர சிந்தனையில் ஆழ்ந்தார். அலெக்சாண்டருக்கு ஏராளமான திறமைகள் இருக்கின்றன. ஆசிரியர் இல்லை என்கிற காரணத்துக்காக அவனுடைய திறமைகள் ஒருங்கிணைக்கப்படாமல் வீணாகிவிடக்கூடாது என்பதில் தெளிவாக இருந்தார். அதற்கு ஒரே தேவை, ஆசிரியர். அதுவும் சிறந்த ஆசிரியர்.

தகுதியான ஒருவரைக் கண்டுபிடிக்கும் முயற்சியில் இறங்கினார் பிலிப். அப்போதுதான் அரிஸ்டாட்டில் என்கிற மேதையைப் பற்றிச் சொன்னார்கள் அமைச்சர்கள். அவர் தற்போது எங்கிருக்கிறார்? என்ன செய்து கொண்டிருக்கிறார் என்பதை உடனடியாக அறிந்து தகவல் கொடுக்குமாறு வீரர்களுக்கு உத்தரவிட்டார் மன்னர் பிலிப்.

•

யார் இந்த அரிஸ்டாட்டில்?

வெறுமனே அரிஸ்டாட்டிலை மட்டும் தெரிந்துகொள்ளாமல் அவருடைய ஞான குருவான பிளேட்டோவைப் பற்றியும் சிறிய அறிமுகம் இங்கே.

கிரேக்க தேசத்தின் முக்கியமான பகுதி ஏதென்ஸ். பாரம்பரியம் மிக்க நிலப்பகுதி.

இங்குள்ள ஒரு தோட்டத்தில் அழகிய வீடு ஒன்றைக் கட்டி அதற்கு அகாடமி என்று பெயர் வைத்திருந்தார் கிரேக்க தத்துவ ஞானி பிளேட்டோ. அகாடமியா என்றால் கிரேக்க மொழியில் தோட்டம் என்று பெயர்.

அந்த அகாடமியின் பிரதானமான பணி மாணவர்களுக்குப் பாடம் சொல்லிக் கொடுப்பது மாத்திரம் அல்ல, கலை, இலக்கியம், பண்பாடுகளைப் பற்றியப் புரிதலை ஏற்படுத்துவது. வளர்ப்பது எல்லாமே. இதன் காரணமாகவே பிற்காலத்தில் கல்வியோடு சேர்த்து கலைகளை, பண்பாட்டைக் கற்றுத்தரும் இடங்களுக்கு அகாடமி என்றே பெயர் வைக்கும் பாணி தொடங்கியது. உபயம்: பிளேட்டோ.

கிரேக்க தேசத்தில் முக்கியமான மாகாணங்களுள் ஒன்று திரேஸ். இங்குள்ள ஸ்டாகிரா (Stagira) என்கிற ஊரில் பிறந்தவர் அரிஸ்டாட்டில். பதினெட்டு வயது இருக்கும்போது பிளேட்டோவின் அகாடமியில் மாணவராகச் சேர்ந்தார் அரிஸ்டாட்டில். அங்கு தத்துவம் படித்து சிறந்த மாணவர் பட்டத்தைப் பெற்று, அங்கேயே ஆசிரியராகப் பணியாற்றிக் கொண்டிருந்தார்.

மொத்தம் இருபது வருடங்கள். அரிஸ்டாட்டில் என்கிற வைரம் பிளேட்டோவினால் பட்டை தீட்டப்பட்டு ஜொலித்துக்கொண்டிருந்தது. பிளேட்டோவின் மாணவர்களில் அவருக்கு மிகவும் பிடித்தவர் அரிஸ்டாட்டில் மட்டுமே. தான் சொல்கிற அத்தனை விஷயங்களையும் உன்னிப்பாகக் கவனித்து உள்வாங்கிக் கொள்வது அரிஸ்டாட்டில் மட்டும்தான் என்று பிளேட்டோவால் உச்சி முகரப்பட்டார்.

இலக்கணங்கள், இலக்கியங்கள், அற்புதமான தேகப்பயிற்சிகள், உலகை உணர்த்தக்கூடிய தத்துவங்கள், கொள்கைகள், உலகை வழிநடத்தக்கூடிய சாத்திரங்கள் எல்லாவற்றையும் அரிஸ்டாட்டில் பிளேட்டோவின் அகாடமியில் இருந்துதான் அறிந்துகொண்டார்.

குரு - சிஷ்யர் உறவு சிறப்பான நிலையை எட்டிக் கொண்டிருந்தது. திடீரென பிளேட்டோவுக்கு உடல்நிலை மோசமடையத் தொடங்கியது. அப்படி

அவருக்கு உடல் நலம் குன்றியபோது அவருடைய பேச்சுத்துணை அரிஸ்டாட்டில் மட்டுமே.

சொல்ல மறந்த விஷயங்களை எல்லாம் நினைவுபடுத்தி சொல்லிக் கொண்டே இருப்பார். பேசும்போது மூச்சுத்திணறும். அவ்வப்போது தண்ணீர் குடித்துக்கொள்வார். குடித்து முடித்ததும் போதனைகள் தொடங்கிவிடும்.

'என்னுடைய மறைவுக்குக் பிறகு இந்த அகாடமியை உன்னால் மாத்திரம் தான் சிறப்பாகக் கொண்டுசெல்லமுடியும். வழிநடத்த முடியும். நம்முடைய தத்துவங்களை, கொள்கைகளை உலக மக்களுக்குக் கொண்டுசெல்ல வேண்டியது உன்னுடைய கடமை.' பிளேட்டோ பேசப்பேச பிரமிப்பாக இருந்தது அரிஸ்டாட்டிலுக்கு. எத்தனைப் புனிதமான லட்சியம். எத்தனை உன்னதமான கனவு. சிலிர்த்துபோனது அரிஸ்டாட்டிலுக்கு.

சொல்லிவிட்டுத் தூங்கப்போன பிளேட்டோ, அடுத்த மூன்று மணி நேரங்களுக்குத்தான் உயிரோடு இருந்தார்.

பிளேட்டோவின் மரணத்துக்குப் பிறகு தத்துவத்துக்குப் பதிலாக கணிதத்துக்கு முக்கியத்துவம் கொடுக்கப்பட்டது. மனமொடிந்துபோனார் அரிஸ்டாட்டில்.

அகாடமியைச் சுமக்கும் பொறுப்பு அரிஸ்டாட்டிலின் தலையில் வந்து அமர்ந்தது. எதையும் தனிமனிதராகச் செய்ய முடியாது அல்லவா? பல பேருடைய உதவி தேவைப்பட்டது. உதவிக்கு வந்தவர்கள் அத்தனை பேருமே அகாடமியில் இருந்தவர்கள்தான். ஆனாலும் ஒவ்வொருவருடைய கருத்தும் ஒவ்வொரு மாதிரியாக இருந்தது.

இதன் பலனாக அகாடமியில் மாற்றங்கள் நிகழ ஆரம்பித்தன. முதலில் சொல்லிக் கொடுக்கப்படும் பாடங்களில் கைவைத்தார்கள். பிறகு சொல்லிக் கொடுக்கப்படும் நேரத்தில். பிறகு பாடத்திட்டம். அடுத்தது கொள்கைகள். இறுதியாக போதனைகள். எல்லாமே மாறத் தொடங்கின.

சோகத்தின் உச்சத்தில் இருந்தார் அரிஸ்டாட்டில். எல்லாமே பிளேட் டோவின் கொள்கைகளுக்கு முரணானவை என்பது அரிஸ்டாட்டிலின் வாதம். அதுதான் உண்மையும்கூட. அவரது மனப்புழுக்கம் அதிகரித்தது. அவரால் மாற்றங்களை ஏற்றுக்கொள்ளவும் முடியவில்லை. தடுக்கவும் முடியவில்லை. ஒருகட்டத்தில் வெறுத்துப்போய் அகாடமிக்கு விடை கொடுத்துவிட்டு, எங்காவது சென்றுவிடலாமா என்றுகூட யோசித்தார்.

நாள்கள் கடந்தன. அகாடமி குழப்பங்களின் மறு உருவமாக உருமாறத் தொடங்கியது. இனி பொறுப்பதற்கு நேரமில்லை. கிளம்பிவிட்டார் அரிஸ்டாட்டில். தளர்ந்து போனது போல இருந்தது அவருடைய நடை. வழக்கமாக விறுவிறுப்பாக நடக்கக்கூடியவர்.

வெளியே வந்துவிட்டாரே ஒழிய அடுத்து செய்ய வேண்டிய காரியங்கள் குறித்த தெளிவான திட்டம் எதுவும் இல்லை. யோசித்தார். 'வெறுமனே

காலம் கழிப்பதும்கூட ஒருவகையில் பிளேட்டோவின் லட்சியத்துக்கு எதிரானது. அவரது கொள்கைகளைப் பரப்புவதற்கு காலதாமதம் செய்வது தவறு.'

அப்போதுதான் அவருக்கு ஹெர்மையாஸ் (Hermeias) என்கிற நண்பரின் நினைவு வந்தது. அட்டார்னேயர் (ஆசியா மைனரின் ஒரு பகுதி) என்கிற நாட்டின் அதிபர். நல்ல மனிதர். சர்வாதிகாரிதான். இருந்தாலும் நல்ல விஷயங்களுக்கு உதவக்கூடியவர். குறிப்பாக கல்வி தொடர்பான காரியங்கள் என்றால் மறுபேச்சில்லாமல் உதவி செய்யக்கூடியவர்.

நேராக ஹெர்மையாஸைச் சென்று சந்தித்தார். அவரிடம் பேசினார். பிளேட்டோவின் அகாடமி, அவர் போதித்த கொள்கைகள், தத்துவங்கள், அகாடமியின் இன்றைய நிலைமை என்று ஒன்றுவிடாமல் எல்லாவற்றையும் விரிவாகப் பேசினார்.

அரிஸ்டாட்டில் பேசப்பேச ஹெர்மையாஸின் முகம் மகிழ்ச்சிகரமானதாக மாறிக் கொண்டிருந்தது. அப்போதைக்கு வெறும் புன்னகையை மட்டுமே பதிலாகத் தந்தார் ஹெர்மையாஸ். 'நீங்கள் என் மரியாதைக்குரிய விருந்தினர். என்னுடைய அரண்மனையிலேயே தாங்கள் தங்கினால் நன்றாக இருக்கும்'

அதிபரே சொல்லிவிட்டார். அதற்கு மேல் என்ன வேண்டும்? அழைப்புக்கு இணங்கி அங்கேயே தங்கினார் அரிஸ்டாட்டில். அனுதினமும் அதிபரைச் சந்திக்க நேர்ந்தது. அவரோடு நெருங்கிப் பழகும் வாய்ப்பும் அரிஸ்டாட்டிலுக்குக் கிடைத்தது. இதனால் தன்னுடைய எண்ணங்கள், கனவுகள் எல்லாவற்றையும் விவரமாகப் பேசினார். அவருடைய ஒவ்வொரு வார்த்தையும் ஹெர்மையாஸை ஈர்க்கக்கூடிய வகையில் இருந்தது.

அதிபருக்கு அரிஸ்டாட்டில் மீதான மதிப்பு உயரத் தொடங்கியது. இவ்வளவு சிறந்த புத்திமானை ஏன் தன்னுடைய மருமகனாக்கிக் கொள்ளக்கூடாது? அதிபருடைய சிந்தனை அந்தக் கோணத்தில் இருந்தது. விஷயத்தைச் சொன்னார். முதலில் தயங்கினார் அரிஸ்டாட்டில். எதிர்காலக் கனவுகள் மனத்துக்குள் ஒருமுறை நிழலாடின. சரியென்று தலையசைத்துவிட்டார்.

அடுத்த சில நாள்களிலேயே அதிபரின் மகளை மணந்துகொண்டார் அரிஸ்டாட்டில். கரும்பு தின்னக்கூலியும் கொடுத்தார் அதிபர். ஆம். அகாடமி ஒன்றைப் புதிதாக உருவாக்கிக்கொள்ளத் தேவையான நிதி மற்றும் இடம் எல்லாவற்றையும் கொடுத்தார். அதை பிளேட்டோ அகாடமியின் குளோனிங் என்றுதான் சொல்லவேண்டும்.

நிழற்பாங்கான இடம். சிலுசிலுவென காற்று. நிசப்தமான சுற்றுப்புறம். கச்சிதமான குடில்கள். பாடத்திட்டமும் கூட அதை ஒத்தே இருந்தன. பிளேட்டோவின் கொள்கைகள், தத்துவங்கள், இலக்கண இலக்கியங்கள், பொது அறிவு எல்லாம் சொல்லித்தரப்பட்டன.

அக்கம் பக்கத்து தேசங்களில் இருந்து மாணவர்கள் வந்து தங்கி குருகுலப் பாடம் கற்றுக்கொண்டார்கள். கொஞ்சம் கொஞ்சமாக வளர ஆரம்பித்தது அரிஸ்டாட்டிலின் அகாடமி.

அந்தச் சமயத்தில்தான் அது நடந்தது. திடீரென ஒருநாள் ஹெர்மையாஸ் சில பாரசீகர்களால் கொலை செய்யப்பட்டுவிட்டதாகத் தகவல் கிடைத்தது. அப்படியே ஒடிந்துபோனார் அரிஸ்டாட்டில். தன்னுடைய கனவுகள் எல்லாம் சுக்குநூறாகிப் போனது போல இருந்தது அவருக்கு. அகாடமியைத் தொடர்ந்து நடத்தமுடியாத சூழல்.

அகாடமியை நடத்த வெறுமனே எண்ணம் மட்டும் இருந்தால் போதுமா என்ன? நிறைய பணம். நிறைய ஆதரவு. ஆனால் அதிபர் இல்லாமல் இரண்டுமே சாத்தியமில்லை. அகாடமியைக் கலைத்துவிடுவதைத் தவிர அவருக்கு வேறு வழியிருக்கவில்லை. கலைத்துவிட்டார். தன்னுடைய கனவுகளையும் சேர்த்து.

மீண்டும் ஒருமுறை எதிர்காலத்தைக் பற்றிய கவலை. எதிர்காலம் என்றால்? கனவுகளுடைய எதிர்காலம். பிளேட்டோவின் தத்துவங்களுக்கான எதிர்காலம் கேள்விக்குறிதான். வருத்தமாக இருந்தது. ஆனால் செய்வதற்கு எதுவும் இல்லை.

எல்லாக் கனவுகளையும் தூக்கி மூட்டையாகக் கட்டி ஓரமாக வைத்துவிட்டு அருகில் இருக்கும் லெஸ்போஸ் என்கிற தீவுக்குச் சென்று தன்னுடைய வாழ்க்கையை நகர்த்த முடிவு செய்தார். தான் மட்டும் சென்றார், மனைவியை விட்டுவிட்டு.

தீவுக்குச் சென்ற அரிஸ்டாட்டில் அங்கிருந்தபடி கடல்வாழ் பிராணிகளைப் பற்றிய ஆராய்ச்சியை மேற்கொள்ளத் தொடங்கினார்.

●

‘நான் முடிவு செய்துவிட்டேன். அரிஸ்டாட்டில்தான் என் மகனின் ஆசிரியர்.’

அரண்மனை அதிரும் வகையில் உரக்கச் சொன்னார் மன்னர் பிலிப்.

அப்போது வீரர் ஒருவர் மன்னரிடம் விஷயமொன்றை மெல்லிய குரலில் சொன்னார். அடுத்த நொடி மன்னரின் முகம் சுருங்கிவிட்டது.

விஷயம் இதுதான். சில நாள்களுக்கு முன்பு நடந்த போர் ஒன்றில் ஸ்டோகிரோ என்கிற ஊரை மாசிடோனிய வீரர்கள் தீயிட்டுக் கொளுத்தியிருந்தார்கள். ஸ்டாகிரோ அரிஸ்டாட்டிலின் சொந்த ஊர்.

ஒருவேளை மன்னர் பிலிப் அழைக்கும் நேரத்தில், தன்னுடைய சொந்த ஊரைத் தீயிட்டுக் கொளுத்தியதை மனத்தில் வைத்துக்கொண்டு மறுப்பு தெரிவித்துவிட்டால் என்ன செய்வது என்பதுதான் எல்லோருடைய கவலையாக இருந்தது. மன்னர் பிலிப்பும் இதையேதான் யோசித்தார்.

சட்டென்று ஓர் அறிவிப்பைச் செய்தார்.

'இந்த நிமிடமே ஸ்டோகிரோ நகரில் மறுநிர்மாணப் பணிகள் தொடங்கட்டும். இதுவரை அங்கு அடிமைகளாக இருந்த அத்தனைபேரும் இனிமேல் சுதந்தரக் காற்றை சுவாசிக்கட்டும்.'

உத்தரவு வெளிவந்த அடுத்த நொடியில் இருந்தே ஸ்டாகிரோ நகரத்தில் மறுநிர்மாணம் செய்யும் பணிகள் தொடங்கின. சில மாதங்களிலேயே ஸ்டோகிரோ நகரத்துக்குப் புதுரத்தம் பாய்ச்சப்பட்ட தகவல் மன்னர் பிலிப்பை வந்தடைந்தது. உடனடியாக அரிஸ்டாட்டிலுக்குக் கடிதம் ஒன்றை எழுதினார் மன்னர் பிலிப்.

மரியாதைக்குரிய அரிஸ்டாட்டில் அவர்களுக்கு,

தங்களுக்கு என்னுடைய மதிப்பு கலந்த வணக்கங்கள். எனக்கு ஆண்வாரிசு பிறந்திருக்கிறது. அதைவிட எனக்கு மகிழ்ச்சிக்குரிய விஷயம் தங்களைப் போன்ற மாமேதைகள் இருக்கிற காலகட்டத்தில் எனக்கு வாரிசு உருவானதுதான்.

இதற்காகக் கடவுளுக்கு எத்தனை நன்றிகள் சொன்னாலும் தகும். தங்களுடைய உயர்வான போதனைகளைக் கற்று, தங்களுடைய சீடனாக வளர்ந்தால்தான் நாட்டை ஆளும் நல்ல தகுதிகளை அவனால் பெற்றுக்கொள்ளமுடியும் என்பது அடியேனுடைய நம்பிக்கை.

தாங்கள் அடியேனுடைய இருப்பிடத்துக்கு வரவேண்டும் என்பது என்னுடைய விருப்பம்.

நன்றியுடனும் எதிர்பார்ப்புடனும்
இரண்டாம் பிலிப்
மாசிடோனிய மன்னர்.

•

கேள்விக்குறியோடு வாழ்க்கையை நகர்த்திக் கொண்டிருந்த அரிஸ்டாட்டிலுக்கு மன்னரின் அழைப்பு ஊக்கத்தைக் கொடுத்தது. உடனே புறப்பட்டு மன்னர் பிலிப்பின் அரண்மனைக்கு வந்தார். மகிழ்ச்சியில் மூழ்கிப் போனார் மன்னர். தடபுடலான வரவேற்பு. பக்குவமான உபசரிப்பு. அரிஸ்டாட்டிலுக்கு மகிழ்ச்சி.

'தாங்கள் தங்குவதற்கு என்னுடைய அரண்மனையிலேயே பிரும்மாண்டமான அறையை ஒதுக்கியிருக்கிறேன்.'

மன்னர் பேசி முடிப்பதற்காகக் காத்திருந்தவர் போல எடுத்த எடுப்பிலேயே தன்னுடைய விருப்பமின்மையைத் தெரிவித்தார் அரிஸ்டாட்டில்.

'மாண்புக்குரிய மன்னரே, எனக்கு இந்த மாட மாளிகையில் தங்கியிருக்க விருப்பமில்லை.'

'ஏன்? இங்கு என்ன குறை? சொல்லுங்கள். நொடியில் சரிசெய்துவிடுகிறேன்.'

'ஊருக்கு வெளியே அகாடமியைக் கட்டிக் கொள்கிறேன். அங்கு வைத்தே அலெக்சாண்டருக்குப் பாடம் சொல்லித் தருகிறேன்.'

மறுக்க மனமில்லாமல் ஒப்புக்கொண்டார் மன்னர் பிலிப். அத்தோடு விட்டுவிடாமல் அகாடமி அமைத்துக் கொள்ள வசதியாக இடம் ஒன்றையும் கொடுத்தார்.

மீஸா என்கிற நகரில் இருக்கும் 'நிம்ப்ஸ்' என்கிற ஆலயத்தில் மன்னர் பிலிப்பின் அனுமதியோடு அகாடமி தொடங்கப்பட்டது. உடனடியாக பாடம் சொல்லிக் கொடுக்கும் பணியும் ஆரம்பமானது.

மற்ற மாணவர்களோடு சேர்ந்து அலெக்சாண்டரும் அகாடமிக்குச் சென்று படிக்கத் தொடங்கினான். அப்போது அலெக்சாண்டருக்கு வயது சரியாகப் பதிமூன்று. அகாடமியில் பாடம் படிக்கும் முறை கொஞ்சம் வித்தியாசமாக இருக்கும்.

பெரிய பெரிய பாறாங்கற்களின் மீது அமர்ந்துதான் பாடம் கற்றுக் கொள்ள வேண்டும். அமர்வதற்கு ஒரு கல். உடைமைகள் மற்றும் பாடப்புத் தகங்களை வைத்துக்கொள்வதற்கு தனியாக ஒரு கல். மாணவர்களுக்கு எதிர்த் திசையில் அரிஸ்டாட்டில் அமர்ந்திருப்பார்.

இசை, ஓவியம் போன்ற கலை தொடர்பான விஷயங்கள் எல்லாம் அகாடமியில் கற்றுத்தரப்பட்டன. இலக்கியத்தோடு சேர்த்து இலக்கணங் களையும் கற்றுக்கொண்டான் அலெக்சாண்டர்.

உடலமைப்பு பக்குவமாக இருக்க வேண்டும் என்பதற்காக ஜிம்னாஸ்டிக்ஸ் பயிற்சிகளைக் கொஞ்சம் கொஞ்சமாக கற்றுக்கொடுத்தார் அரிஸ்டாட்டில். அதனைக் கற்றுக்கொள்ளத் தொடங்கிய புதிதில் அவனுக்கு நிறைய காயங்கள் ஏற்பட்டன.

'காயங்கள்படத்தான் செய்யும். எதிர்கால நன்மைக்காகப் பொறுத்துக்கொள்' என்று அரிஸ்டாட்டில் கூறியிருந்ததால் எவ்வளவு பெரிய காயம் ஏற்பட்டாலும் அவன் பெரிதாக அலட்டிக்கொள்வதில்லை.

வெறும் கரித்துண்டை மட்டுமே வைத்து எப்படியெல்லாம் ஓவியத்தில் வித்தை காட்டுவது என்பதைக் கற்றுக்கொடுத்தார் அரிஸ்டாட்டில். அலெக் சாண்டர் வாய்ப்பாட்டுப் பாடுவதிலும் வல்லவனாக மாறினான்.

குருவாக இருந்தாலும்கூட அவருடன் அலெக்சாண்டரால் நெருக்கமாகப் பழக முடிந்தது. படிப்பு விஷயங்கள் தவிர பல விஷயங்கள் குறித்து தெரிந்து கொள்ள ஆர்வமாக இருந்தான் அலெக்சாண்டர்.

அப்போதுதான் அரிஸ்டாட்டில் ஒரு சிறந்த மருத்துவர் என்கிற விஷயம் அலெக்சாண்டருக்குத் தெரியவந்தது. உடனடியாக மருத்துவம் தொடர்பான நுணுக்கங்களை மிகுந்த ஆர்வத்துடன் அவரிடமிருந்து கற்றுக்கொண்டான்.

மருத்துவத்துக்கு அடுத்து கொஞ்சம் வரலாறு. கொஞ்சம் புவியியல் என்று சிறிது சிறிதாக அலெக்சாண்டருடைய விஷய ஞானத்தைப் பெருக்கும் முயற்சியில் வெற்றிகரமாகச் சென்று கொண்டிருந்தார் அரிஸ்டாட்டில்.

அதற்கடுத்ததாக அலெக்சாண்டரின் எதிர்கால அரசியலுக்கும் ஆட்சி நிர்வாகத்துக்கும் தேவையான ஆளுமைத்தன்மை, திட்டமிடுதல், முடிவெடுக்கும் திறன் எல்லாவற்றையும் ஒவ்வொன்றாக சொல்லித் தந்தார் அரிஸ்டாட்டில்.

அரிஸ்டாட்டில், தன்னிடம் படிக்கும் மாணவர்கள் சிறந்த குடிமகன்களாக வரவேண்டும் என்பதில் உறுதியாக இருந்தார். அதற்கான பக்குவத்தை வளர்ப்பதில்தான் அவருடைய கவனம் இருந்தது. ஆனால் அலெக்சாண்டருக்கு மட்டும் கூடுதலாக நிர்வாகம், ராஜதந்திரம், நீதியில் வழுவாமல் இருப்பது உள்ளிட்ட பாடங்கள்.

உண்மைக்கும் நீதிக்கும் கண்டிப்பாகத் தலைவணங்க வேண்டும், குறிப்பாக ஆட்சிபீடத்தில் இருப்பவர்கள் அப்படி இருக்கவேண்டும் என்பதுதான் அரிஸ்டாட்டில் அலெக்சாண்டருக்குச் சொல்லிக் கொடுத்த முக்கியமான பாலபாடம்.

பாடம் சொல்லிக் கொடுக்கும்போது கேள்வியின் நாயகனாகவே இருந்தான் அலெக்சாண்டர். குறிப்பாக வரலாறு, பூகோளம் போன்ற பாடங்களில் நிறைய சந்தேகங்களைக் கேட்பான்.

குறிப்பாக கிரேக்கர்களின் வாழ்க்கை முறை, அவர்களுடைய பழக்க வழக்கங்கள், மத நம்பிக்கைகள், குணநலன்கள் பற்றிய அத்தனை விஷயங்கள் குறித்தும் அவ்வப்போது எதையாவது கேட்டுக்கொண்டே இருப்பான்.

எல்லாவற்றுக்கும் நிதானமாக பதில் அளிப்பார் அரிஸ்டாட்டில்.

●

ஒருநாள் அரிஸ்டாட்டிலும் அலெக்சாண்டரும் அரண்மனை முற்றத்தில் அமர்ந்து உரையாடிக் கொண்டிருந்தனர்.

'தந்தை கடவுளுக்குப் பூஜை செய்கிறார். நானும் பூஜை செய்கிறேன். அப்படித்தான் எல்லோருமே பூஜை செய்வார்களா?'

அரிஸ்டாட்டிலிடம் அலெக்சாண்டர் விரும்பிக் கேட்ட கேள்வி இது. கேள்விக் கணைகளைத் தொடுக்கத் தயாராகிவிட்டான் அலெக்சாண்டர் என்பது புரிந்துவிட்டது.

'ஆமாம், அதில் என்ன சந்தேகம்?'

'இருக்கிறது. நம்முடைய அரண்மனையில் நிறைய பூஜை சாமான்களை வைத்துப் பூஜை செய்கிறோம். அப்படித்தான் எல்லா வீடுகளிலும் பூஜை நடக்குமா?'

பதில் சொல்லத் தயாரானார் அரிஸ்டாட்டில்.

'நம் அரண்மனையில் இருப்பதைப் போலவே ஒவ்வொரு கிரேக்கருடைய வீட்டிலும் பூஜை அறை தனியாக இருக்கும். அல்லது பூஜை செய்வதற்கென்று பிரத்யேகமாக ஒரு இடம் ஒதுக்கப்பட்டிருக்கும்.

அப்படி பூஜைக்காக ஒதுக்கப்பட்ட இடத்தில் நெருப்பு குண்டம் இருக்கும். அதில் அனுதினமும் நெருப்பு இருந்துகொண்டே இருக்கவேண்டும். அன்றாடம் சமைக்கிற பொருள்களை அப்படி எரிகின்ற நெருப்புக்குச் சமர்ப்பணம் செய்துவிட்டுத்தான் சாப்பிடுவார்கள். மது அருந்துவதற்கு முன்னர்கூட இரண்டு சொட்டு மதுவை தரையில் பூமி தெய்வத்துக்கு அர்ப்பணித்துவிட்டுத்தான் அருந்துவார்கள்.

தங்களுடைய மூதாதையர்களை அக்னியின் வடிவத்தில் வைத்து வணங்குவது கிரேக்கர்களின் நம்பிக்கை. சாம்பிராணி போன்ற பூஜைப்பொருள்கள் எல்லாம் அவரவர் வசதிக்கு ஏற்ற வகையில் பயன்படுத்தப்படும்.'

அரிஸ்டாட்டில் சொல்லிக் கொண்டே போக, அலெக்சாண்டரின் மனத்தில் அடுத்த கேள்வி தயாராக இருந்தது.

'நிறைய கடவுள்கள் இருக்கிறார்கள் என்று சொன்னாரே தந்தை, அது உண்மையா?'

'ஆமாம் அலெக்சாண்டர். கிரேக்கர்களுக்கு கடவுள் நம்பிக்கை நிறைய உண்டு. ஒன்றல்ல, இரண்டல்ல, ஏராளமான தெய்வங்கள் இருந்தன, இருக்கின்றன. கிட்டத்தட்ட ஒவ்வொரு நகரிலும் ஒவ்வொரு தெய்வத்தை வணங்கும் அளவுக்கு ஏராளமான தெய்வங்கள். ஒவ்வொரு தெய்வத்துக்கும் தனித்தனியே ஆலயங்கள் இருக்கும். அத்தனையும் அந்தந்த நகரத்தில் இருப்பவர்கள் உருவாக்கியவை. அதைப்போலவே ஒவ்வொரு தெய்வத்துக்கும் ஆலயத்துக்கும் புராணங்கள், கதைகள் எல்லாம் உண்டு. ராட்சதர்கள், மோகினிகள், பிசாசுகள், மந்திரம், சூனியம், குறி போன்ற சங்கதிகளில் கிரேக்கர்களுக்கு நாட்டம் அதிகம். நம்பிக்கையும் உண்டு.'

அலெக்சாண்டரின் புருவங்கள் ஆச்சரியத்தால் உயர்ந்தன. கண்கள் படபடத்தன.

'தந்தை ஏதாவது ஒரு காரியத்தைச் செய்துகொண்டிருக்கும்போது தும்மினால் கோபம் கொள்கிறாரே, இதற்கு என்ன அர்த்தம்?'

'கிரேக்கர்களுக்கு இருக்கும் முக்கியமான நம்பிக்கைகளுள் தும்மலும் ஒன்று. இதை அபசகுனமாகக் கருதுவார்கள். அதேபோல வெளியில் செல்லும்போது பூனை குறுக்கே வந்துவிட்டாலும் கெட்ட சகுனம்தான். உடனே தரையில் கிடக்கும் மூன்று கற்களை எடுத்து நடுத்தெருவில் போட்டுவிட்டுப் புறப்படுவார்கள். இரவு தூங்கும்போது கனவுகள் வருவது சகஜம். ஆனால் அதற்கும் சில அர்த்தங்களைப் பட்டியல் போட்டு வைத்திருப்பார்கள். அதன் பலன்கள்மீது அலாதியான நம்பிக்கை அவர்களுக்கு உண்டு.'

சொல்லிவிட்டு அலெக்சாண்டரின் முதுகைத் தட்டிக்கொடுத்தார் அரிஸ்டாட்டில்.

அதன் அர்த்தம் இன்றைய சந்தேக வகுப்பு போதும். வேறு பயிற்சிகள் இருக்கின்றன என்பதுதான். புன்னகை தவழப் புறப்பட்டான் அலெக்சாண்டர்.

●

அவனுடைய சந்தேகங்கள் எல்லாமே அவனுடைய எதிர்காலத்தை நோக்கியே இருப்பது அரிஸ்டாட்டிலுக்கு உள்ளுக்குள் பெருமையை ஏற்படுத்தியிருந்தது. இதனால் தனக்குத் தெரிந்த அத்தனை விஷயங்களையும் முடிந்தவரை அலெக்சாண்டருக்குக் கற்றுக்கொடுத்துவிடுவது என்று முடிவு செய்திருந்தார்.

மாசிடோனியாவைச் சுற்றியிருக்கும் நாடுகளில் எப்படியெல்லாம் ஆட்சி நடத்தப்படுகிறது, யார் யாரெல்லாம் ஆட்சி நடத்துகிறார்கள், எப்படிப்பட்ட திட்டங்கள் எல்லாம் அமல்படுத்தப்படுகிறது, யுத்தங்களை எப்படித் தொடுக்கிறார்கள், பகைவர்களை எப்படிச் சமாளிக்கிறார்கள் என்பதையெல்லாம் விரிவாக அலெக்சாண்டரின் மனத்தில் ஏற்றிக் கொண்டே வந்தார்.

ஒருநாள் அரிஸ்டாட்டில் அகாடமி மாணவர்களை எல்லாம் அழைத்தார். அலெக்சாண்டர் உள்பட எல்லோரும் அவருக்கு முன் ஆஜரானார்கள்.

'சந்தர்ப்ப சூழ்நிலை காரணமாக உங்களுக்கு நாட்டின் மன்னராகும் வாய்ப்பு கிடைக்கிறது என்று வைத்துக் கொள்ளுங்கள். எப்படிப்பட்ட ஆட்சியை நடத்துவீர்கள்?'

மாணவர்கள் எல்லோரும் உற்சாகமாகப் பதில் கொடுத்தனர்.

'மக்களுக்குக் குறை இல்லாத வகையில் ஆட்சி நடத்துவேன்.'

'வரியே கட்ட வேண்டாம் என்று சொல்வேன்.'

'எல்லோருக்கும் கல்வியை அளிப்பேன். பிறகு அவரவர்க்கு உரிய வேலையையும் நானே தருவேன்.'

ஒவ்வொருவரும் அவரவர் மனத்தில் பட்டதைச் சொல்லிக்கொண்டே வந்தார்கள். ஆனால் இந்தக் கேள்விக்கு அலெக்சாண்டர் எந்தப் பதிலையும் தெரிவிக்கவில்லை. அமைதியாக நின்று கொண்டிருந்தான்.

'சரி, பிரச்னை என்று வந்தால் எப்படித் தீர்ப்பீர்கள்?'

அடுத்த கேள்வியைக் கேட்டார் அரிஸ்டாட்டில்.

'நேராக உங்களிடம்தான் வருவோம். தங்களின் ஆலோசனைப்படியே முடிவெடுப்போம்' என்றனர் மாணவர்கள்.

அலெக்சாண்டரின் பக்கம் பார்வையைத் திருப்பினார் அரிஸ்டாட்டில்.

'நிச்சயமாக உங்களுக்குத் தொந்தரவு கொடுக்க மாட்டேன். சூழ்நிலையைப் புரிந்துகொள்வேன். நாட்டின் தேவைக்கேற்ப சிந்தித்து, முடிவெடுக்கத்

தேவையான அறிவை, ஆற்றலை நீங்கள் கல்வி மூலம் வழங்கிவிட்டீர்கள். எனவே, நான் சுயமாகவே முடிவெடுத்துவிடுவேன்.'

அலெக்சாண்டரிடம் இருந்து வந்த பதில் அரிஸ்டாட்டிலை பெருமிதம் கொள்ள வைத்தது. மன்னர் பிலிப் இதைக் கேட்டால் எவ்வளவு மகிழ்ச்சியடைவார்?

உடனடியாக மன்னர் பிலிப்பைச் சந்திக்கச் சென்றார் அரிஸ்டாட்டில். அகாடமியில் நடந்த சம்பவங்களை எல்லாம் விரிவாக எடுத்துச் சொன்னார். மன்னர் பிலிப்புக்கு நம்பிக்கை ஏற்பட்டுவிட்டது. அரிஸ்டாட்டிலுக்கு நிறையப் பரிசுகளைக் கொடுத்து அனுப்பிவைத்தார்.

உடனடியாக அலெக்சாண்டருக்குக் கடிதம் எழுதினார்.

'மரியாதைக்குரிய அரிஸ்டாட்டில் அரண்மனைக்கு வந்து என்னைச் சந்தித்தார். உன்னைப் பற்றிய நல்ல விஷயங்களை என்னிடம் எடுத்துச் சொன்னார். அதைப் பாராட்டும் விதமாக உனக்கு இரண்டு பதவிகள் தயாராக இருக்கின்றன. அரசப் பிரதிநிதி மற்றும் முத்திரைக் காப்பாளர். இரண்டுமே அரசு நிர்வாகத்தில் முக்கியத்துவம் வாய்ந்த பதவிகள். உடனே வந்து அவற்றை ஏற்றுக்கொள்ளலாம்.'

அலெக்சாண்டருக்குக் கடிதம் எழுதியிருக்கும் விஷயத்தை முறைப்படி அறிவிப்பதற்காக பார்மீனியோ மற்றும் அமைச்சர்களை அழைத்தார் மன்னர் பிலிப்.

'என் மகன் என்பதற்காக அந்தப் பதவிகள் அலெக்சாண்டருக்குத் தரப்படவில்லை. முழுக்க முழுக்க தகுதி, திறமை அடிப்படையிலேயே கொடுத்தேன். அதற்காகவே அலெக்சாண்டரை அரிஸ்டாட்டில் போன்ற மேதைகளிடம் பயிற்சி பெற அனுப்பிவைத்தேன்.'

அரிஸ்டாட்டிலிடம் ஆசி பெற்றுக்கொண்டு அகாடமியில் இருந்து விடை பெற்றான் அலெக்சாண்டர். அரண்மனைக்கு வந்த அலெக்சாண்டருக்கு சில நாள்களிலேயே இரண்டு பதவிகளையும் ஏற்றான்... ம்ஹூம், ஏற்றார்.

மகனுக்குப் பொறுப்பு கொடுத்துவிட்டு ஓய்வு ஒழிச்சல் இல்லாமல் போர்க்களத்திலேயே இருந்தார் மன்னர் பிலிப். எப்போது பார்த்தாலும் போர். யுத்தம். சண்டை என்று பிலிப் இருந்ததால் அலெக்சாண்டரின் கவனம், ஆட்சி நிர்வாகத்தின் மீது திரும்பியது.

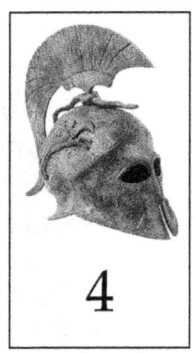

4

முதல் வெற்றி

மன்னர் பிலிப்பின் ஆளுகையில் இருக்கும் நாடுகளுள் ஒன்று மேடி (Maedi - தற்போதைய தென்மேற்கு பல்கேரியா). முரடர்கள் நிறைந்த தேசம்.

வழக்கமாக, தான் வெற்றி கொள்ளும் நாடுகளில் எல்லாம் தன்னுடைய பிரதிநிதிகளைக் கொண்டு ஆட்சி செய்வது மன்னர் பிலிப்பின் வழக்கம். அதற்காக நம்பிக்கைக்குரிய நபர்களைத் தேர்வு செய்வதற்கென்றே நிறைய யுக்திகளைக் கையாள்வார் பிலிப்.

அப்படித்தான் மேடி நாட்டுக்கு மன்னர் பிலிப்பின் பிரதிநிதி ஒருவர் நியமிக்கப்பட்டிருந்தான். மன்னர் பிலிப், பைஸாண்டியம் என்கிற நகரைக் கைப்பற்றும் முயற்சியில் போர்க்களம் சென்றிருப்பதும் மன்னரின் மகன் அலெக்சாண்டருக்குப் பதவிகள் தரப்பட்டிருப்பதும் செவி வழிச் செய்தியாக மேடி நாட்டுக்குச் சென்றது. விஷயத்தைக் கொஞ்சம் குறுகிய கோணத்தில் யோசித்தான் மன்னர் பிலிப்பின் பிரதிநிதி.

'மன்னர் பிலிப் எங்கோ தூர தேசத்தில் இருக்கிறார். மாசிடோனியாவில் இளவரசர் அலெக்சாண்டர்தான் இருக்கிறார். அனுபவம் இல்லாத பாலகன். எதற்காக நாம் அடிமைக்காற்றையே சுவாசித்துக்கொண்டிருக்க வேண்டும்? பேசாமல் ஒரு ஆட்டம் ஆடிப் பார்த்துவிடலாம். இழப்பதற்கு எதுவும் இல்லை.'

முடிவு செய்துவிட்டான் பிலிப்பின் பிரதிநிதி. நம்பிக்கைக்குரியவர் என்று பிலிப்பால் நம்பப்பட்டவன். நம்பிக்கைக்கும் அவநம்பிக்கைக்கும் இருக்கும் வித்தியாசம் சம்பந்தப்பட்ட நபர் இருக்கும் தூரத்தைப் பொறுத்து தானே நிர்ணயிக்கப்படுகிறது? தன்னுடைய ஆள், அம்பு, சேனைகளை அழைத்தான்.

'ஏதாவது செய்யவேண்டும். எங்களுக்கு இறக்கைகள் முளைத்துவிட்டன என்பதை மன்னர் பிலிப்புக்குத் தெரியப்படுத்துவது போல இருக்க வேண்டும். என்ன வேண்டுமானாலும் செய்யுங்கள். அது மன்னர் பிலிப்பின் காதுகளை எட்டவேண்டும்.'

கலவரத்தைத் தொடங்குங்கள் என்பதுதான் அத்தனை வார்த்தைகளுக்கும் பொதுவான அர்த்தம். அதுதான் நடந்தது.

நள்ளிரவில் கலவரம் தொடங்கியது. நேராக மாசிடோனியாவுக்குள் புகுந்து கோட்டை முதல் குளக்கரை வரை அத்தனையையும் கைப்பற்றவேண்டும் என்பதுதான் கலவரக்காரர்களுக்கு விடுக்கப்பட்டிருந்த செய்தி.

பல பொதுச்சொத்துகள் தீ வைக்கப்பட்டன. வீடுகள் கொள்ளைபோகத் தொடங்கின. எங்கு பார்த்தாலும் வன்முறை. தகராறு. விஷயம் அலெக் சாண்டருக்குத் தெரிவிக்கப்பட்டது. அடுத்து என்ன செய்வது? என்று எல்லோரும் குழம்பிப்போய் நின்று கொண்டிருக்க, அலெக்சாண்டர் மாத்திரம் கொஞ்சமும் பதற்றமில்லாமல் இருந்தார்.

'ஆஹா, என்ன ஒரு அற்புதமான வாய்ப்பு. இதற்காகத்தானே இத்தனை நாள் காத்துக்கொண்டிருந்தேன்.'

அலெக்சாண்டரின் சிரிப்பு அரண்மனைச் சுவர்களில் எதிரொலித்தது. அமைச்சர்களுக்கு ஒன்றுமே புரியவில்லை. தளபதிகள் திகைத்துப் போய்ப் பார்த்தார்கள்.

'எவ்வளவு பெரிய ஆபத்து காத்திருக்கிறது. மன்னர் வேறு நாட்டில் இல்லை. இவர் என்னடா என்றால் கொஞ்சமும் கவலைப்படாமல் அற்புத வாய்ப்பு என்று சொல்லி சிரித்துக் கொண்டிருக்கிறார். என்னதான் இருந்தாலும் சிறுபிள்ளைதானே!'

தவறுதலாகக்கூட யாருக்கும் கேட்டுவிடமுடியாத அளவுக்குக் கம்மிய குரலில் பேசிக்கொண்டார்கள். இல்லை. முனகினார்கள் என்று சொல்வது தான் பொருத்தமாக இருக்கும்.

அலெக்சாண்டர் அடுத்து என்ன செய்யப்போகிறார்? இதுதான் எல்லோருடைய மனத்தையும் குடைந்துகொண்டிருந்த கேள்வி.

'ம், படைகள் தயாராகட்டும். மேடி நாட்டை நோக்கி விரைந்து செல்லட்டும்.'

உரத்த குரலில் உத்தரவிட்டார் அலெக்சாண்டர்.

இளவரசரே சொல்லிவிட்டார். இதற்கு மேல் யோசிக்க நேரமில்லை. கூடவும் கூடாது. அது ராஜதுரோகம். மேடி நாட்டை நோக்கி மின்னல் வேகத்தில் புறப்பட்டன மாசிடோனியப் படைகள்.

கலவரக்காரர்கள் மீது அதிரடித் தாக்குதல் நடத்துவது. அதன்மூலம் அவர்களை நிலைகுலைய வைப்பது. இரண்டும்தான் அலெக்சாண்டரின்

37

திட்டங்கள். அதற்குச் சரியான தேர்வு, குதிரைப்படைதான். முடிவு செய்தார் அலெக்சாண்டர்.

புழுதியைக் கிளப்பிக்கொண்டு மாசிடோனியக் குதிரைகள் நடத்திய தாக்குதலில் கலகக்காரர்கள் சிதறி ஓடினார்கள், சின்னாபின்னமானார்கள். மேடி நாட்டுக் கலவரக்காரர்கள் படை மளமளவென சரியத் தொடங்கியது. தாக்குதல் கடுமையாக இருந்ததால் எதிரிகள் உயிர் பிழைப்பதே சிரமம் என்கிற அளவுக்கு நிலைமை போனது.

சில மணி நேரங்களில் கலவரம் அடங்கியது. இல்லையில்லை, அடக்கப் பட்டது. உபயம்: அலெக்சாண்டர். முதல் வெற்றி. தந்தைக்குக்கூட தகவல் தெரிவிக்காமல் நடத்திய முதல் போரில் வெற்றி. உற்சாகத்தில் வானத்தை நோக்கி கடவுளுக்கு நன்றி சொன்னார் அலெக்சாண்டர். உடல் சிலிர்த்தது.

மண்டியிட்டு அமர்ந்து மண்ணை எடுத்து உள்ளங்கையில் வைத்துப் பார்த் தார். ஒருமுறை நுகர்ந்தார். பரவசம். பேரானந்தம். வெற்றியின் வாசத்தை முதன்முதலில் நுகர்ந்தது அப்போதுதான். முதல் காதல், முதல் முத்தம், முதல் ஸ்பரிசம், முதல் வெற்றி எல்லாமே பரவசம் தரக்கூடிய விஷயங்கள் அல்லவா? இன்னும்... இன்னும் வேண்டும். நிறைய வேண்டும். ஒவ்வொன்றாக. அடுத்தடுத்து. மனத்துக்குள் சொல்லிக் கொண்டார்.

தன்னுடைய வெற்றியைப் பதிவு செய்ய விரும்பினார் அலெக்சாண்டர். மேடி நாட்டின் பெயரை மாற்றிவிட்டு தன்னுடைய பெயரைச் சூட்டினால் என்ன? எண்ணம் வந்துவிட்டது. இதற்குமேல் என்ன வேண்டும்? வைத்துவிட்டார்.

நாட்டின் பெயர் அலெக்சாண்ட்ராபொலிஸ் (Alexandropolis). பொலிஸ் என்றால் நகரம் என்று அர்த்தம். முகத்தில் உற்சாகம் கொப்பளிக்க குதிரையில் ஏறிப் புறப்பட்டார் அலெக்சாண்டர்.

வெற்றிவீரனை வரவேற்பதற்காக மாசிடோனிய எல்லையிலேயே பொது மக்கள் குழுமியிருந்தார்கள்.

'வெற்றிவீரர் அலெக்சாண்டர் வாழ்க!'

வாழ்த்துக் கோஷங்கள் அலெக்சாண்டரின் காதுகளுக்கு இனிப்பு சாப்பிடு வதுபோல இருந்தது.

'தந்தைக்கு விஷயம் தெரிந்தால் எவ்வளவு குதூகலிப்பார். அரிஸ்டாட்டில் கேள்விப்பட்டால் எவ்வளவு மகிழ்வார். அன்னை ஒலிம்பியஸுக்கு எவ்வளவு பெருமையாக இருக்கும்?'

பைஸாண்டியப் போர்க்களத்தில் இருந்த மன்னர் பிலிப்புக்கு அலெக் சாண்டரின் முதல்வெற்றி தேனாக இனித்தது. தன்னுடைய வீரர்களுக்குப் பரிசுகள் வழங்கி மகிழ்ச்சியைக் கொண்டாடினார்.

தன்னுடைய மகன் சரியான பாதையைத் தேர்வு செய்திருக்கிறான், அதுவும் வெற்றியோடு தன்னுடைய ஆட்டத்தைத் தொடங்கியிருக்கிறான் என்பதில் எல்லையில்லா சந்தோஷம் மன்னர் பிலிப்புக்கு. இல்லையில்லை, தந்தை பிலிப்புக்கு.

அலெக்சாண்டரின் வெற்றியை எல்லோரும் மகிழ்ச்சி பொங்கப் பேசிக் கொண்டிருக்க, 'சிறுபிள்ளைகள் எல்லாம் கிரேக்கர்களிடம் விளையாடக் கூடாது!' என்ற ஒரு குரல் மாசிடோனியாவில் பதற்றத்தைக் கொண்டுவந்தது.

குரலுக்குச் சொந்தக்காரர் யார் என்று விசாரித்ததில், அவருடைய பெயர் டெமாஸ்தனிஸ் என்பதும் கிரேக்கம் அருளிய அற்புதமான பேச்சாளர் என்பதும் தெரிந்தது. வசீகரம் மிக்க அவருடைய வார்த்தைகளுக்காக என்ன வேண்டுமானாலும் செய்து தருவதற்கு கிரேக்க மன்னர்கள் காத்திருக் கிறார்கள் என்பதும் அலெக்சாண்டருக்குப் புரிந்தது.

அதேசமயம் கிரேக்கர்கள்தான் உலகிலேயே உயர்ந்தவர்கள், மாசி டோனியர்கள் மட்டமானவர்கள் என்கிற அவருடைய குறுகலான சிந்தனைகளும் அலெக்சாண்டரின் கவனத்துக்கு வந்தன.

மனத்துக்குள் சிரித்துக் கொண்டார் அலெக்சாண்டர்.

'இவ்வளவு விரைவாக இரண்டாவது வெற்றிமாலை என் கழுத்தில் விழ வேண்டுமென்றால் அதை யாரால் தடுக்கமுடியும்? அதற்கு காரண கர்த்தாவாக மாமேதை டெமாஸ்தனிஸ் மாற விரும்பினார் என்றால் அதைவிட வேறு என்ன சந்தோஷம் இருக்கமுடியும்?' என்று சொல்லிக் கொண்டே போருக்குத் தயாராக உத்தரவிட்டார் அலெக்சாண்டர்.

டெமாஸ்தனிஸ் இருக்கும் கிரேக்க நாட்டுக்குப் புறப்பட்டது மாசிடோனியப்படை. வெற்றி தேவதை இந்தமுறையும் அலெக்சாண்டர் பக்கம்தான்.

எதிர்ப்பார்த்ததைவிட குறுகிய காலத்திலேயே முடிந்துவிட்டது யுத்தம். அதை யுத்தம் என்றுகூட சொல்லத்தேவையில்லை. சின்னச்சண்டை அல்லது கைகலப்பு என்று சொல்லலாம்.

தொடர்ச்சியாகக் கிடைத்த இரண்டு வெற்றிகள் மன்னர் பிலிப்பைப் பூரிப்படைய வைத்திருந்தன. அப்போது அலெக்சாண்டருக்கு வயது பத்தொன்பதைத் தொட்டிருந்தது.

•

விடியற்காலை நேரத்தில், அரண்மனை வீரர் ஒருவர் கடிதம் ஒன்றைக் கொண்டுவந்து அலெக்சாண்டரிடம் கொடுத்தார்.

'உன்னுடைய தந்தை கிளியோபாட்ரா என்பவளைத் திருமணம் செய்து கொள்ளப் போகிறார்.'

அதைப் படித்த மாத்திரத்திலேயே கடிதத்தை எழுதியது தாய் ஒலிம்பியஸ் என்பது அலெக்சாண்டருக்குப் புரிந்துவிட்டது. அந்த விஷயத்தைப் படித்து அலெக்சாண்டர் பெரிதாக அதிர்ச்சியடையவில்லை. ஒலிம்பியஸுக்கும் பிலிப்புக்கும் இருக்கும் கருத்து வேற்றுமைகள் சிறுவயது முதல் பார்த்து, மனத்தில் பசைபோல ஒட்டிக்கொண்ட சங்கதிகள் ஆயிற்றே.

'அம்மா தேவையில்லாத கற்பனையில் ஈடுபட்டு மனத்தைக் கெடுத்துக் கொள்கிறார். பாவம்' என்று தோன்றியது அலெக்சாண்டருக்கு.

ஒலிம்பியஸின் அறைக்குள் நுழைந்தார் அலெக்சாண்டர்.

'அம்மா, நீங்கள் கவலைப்பட வேண்டாம். தந்தை ஓய்வாக இருக்கும்போது அவருடைய குறைகளைப் பற்றிப்பேசி அவற்றைச் சரிசெய்துவிடுகிறேன். என்னை நம்புங்கள்.'

முகம் வாடியிருந்தது ஒலிம்பியஸுக்கு. அலெக்சாண்டரைப் பார்த்ததும் கொஞ்சம் முகத்தை மாற்றிக்கொண்டாள். அதை அலெக்சாண்டரும் கவனித்துவிட்டார்.

'எனக்கென்னவோ உன்னுடைய உயிருக்கு ஆபத்து ஏற்படும் போலத் தெரிகிறது அலெக்சாண்டர்.'

'அப்படியா? எனக்கா? யாரால் ஆபத்து?' சிரித்தார் அலெக்சாண்டர்.

'வேறு யாரால்? எல்லாம் உன்னுடைய தந்தையால்தான்.'

ஒலிம்பியஸிடம் இருந்து இப்படியொரு பதில்தான் வரும் என்பதை அலெக்சாண்டர் எதிர்பார்த்திருந்தார். பதில் சொல்வதற்கு வசதியாக தயாரிப்புடன் வந்திருந்தார்.

'அம்மா, நான் அரசப் பிரதிநிதி. மாசிடோனிய நாட்டின் இளவரசன். முத்திரைக் காப்பாளன். இவை எல்லாமே தந்தை தந்தது. எனக்கு எந்தவித மான ஆபத்தும் வராது. அதுவும் அவரால் நிச்சயம் வராது. கவலைப் படாதீர்கள்!'

வெறுமனே ஒப்புக்குத் தலையசைத்துக்கொண்டாளே தவிர உள்ளுக்குள் ஒலிம்பியாஸுக்கு ஒருவித பதற்றம் உருவெடுத்திருந்தது. அதே சமயம், பயம் என்பது மருந்துக்குக்கூட அலெக்சாண்டரின் முகத்தில் இல்லை என்பதும் அவளுக்குத் தெரிந்தது.

அங்கிருந்து புறப்பட்டார் அலெக்சாண்டர்.

ஒலிம்பியஸுக்குச் சமாதானம் சொல்லிவிட்டாரே தவிர மனம் லேசாக அடித்துக்கொண்டது. ஏதோ தவறு நடக்கப்போகிறது என்பதை உள்ளுணர்வு சொல்லிக்கொண்டே இருந்தது. அன்று மட்டும் அல்ல. அடிக்கடி.

நாள்கள் கழிந்தன.

மன்னர் பிலிப்பிடம் இருந்து முக்கியமான அறிவிப்பு வந்தது.

‘கிளியோபாட்ரா என்கிற பெண்ணைத் திருமணம் செய்துகொள்ளப் போகிறேன்.’

‘அன்னை சொன்னது அப்படியே நடந்துவிட்டதே!’ முதல்முறையாக அதிர்ச்சி அடைந்தார் அலெக்சாண்டர். என்ன செய்வது? தந்தை தன்னுடைய மனச்சாட்சிக்கு விரோதமாக எதையும் செய்யமாட்டார்.

இதுநாள் வரை அப்படித்தான் இருந்திருக்கிறார். ஒருவேளை மாறியிருந் தால்? தன்னை மாற்றிக்கொண்டிருந்தால்? எதிர்த்து நின்று கேள்வி கேட்க முடியுமா? அப்படியே கேட்டால் மன்னரின் மாண்பு என்ன ஆவது? மாசிடோனியாவின் மகத்துவம் என்ன ஆவது?

நினைத்துப் பார்க்கவே பயமாக இருந்தது அலெக்சாண்டருக்கு. அமைதியாக இருப்பது மட்டும்தான் இப்போதைக்கு நல்லது. அதையே செய்தார்.

மகன் அமைதியாகிவிட்டால் மனைவியும் அப்படி இருக்க வேண்டுமா என்ன? ஆவேசத்துடன் சென்று மன்னர் பிலிப்பிடம் வாக்குவாதத்தில் ஈடுபட்டாள் ஒலிம்பியஸ். ஆனால் மன்னர் பிலிப் எதற்கும் அஞ்சவில்லை. அலட்டிக்கொள்ளவில்லை. அவரும் அமைதியாகவே இருந்தார், அலெக் சாண்டரைப் போலவே.

மன்னர் பிலிப் காரியத்தைச் சாதித்துக்கொண்டார். திருமணம் நடந்து விட்டதால், அலெக்சாண்டர் வெறும் மௌனத்தை மட்டுமே கடைப்பிடிக்க வேண்டியிருந்தது.

மனரீதியாக மிகவும் நொறுங்கிப் போய்விட்டார் அலெக்சாண்டர். நெஞ்சு கொள்ளாத சோகம். அதிருப்தி. கடும் அதிருப்தி. தந்தை மீது. தந்தை செய்த பாதகமான காரியத்தின்மீது.

ஒருபக்கம் அன்னை ஒலிம்பியஸை நினைத்து சோகம் பொங்கியது. மறுபக்கம், மன்னர் பிலிப்பை நினைத்துக் கோபம் கொப்பளித்தது. மன்னர் பிலிப்புக்கும் அலெக்சாண்டருக்கும் இடையே விழுந்த முதல் விரிசல் இதுதான்.

திருமண விழா வெகு விமரிசையாக நடைபெற்றுக் கொண்டிருந்தது. மதுவிருந்து. பல்சுவை விருந்து. ஆடல். பாடல். எல்லாம். எல்லாம் தாராள மாக இருந்தன. கலகலப்புக்குக் கொஞ்சமும் பஞ்சமில்லாமல் நடந்து கொண்டிருந்தது விழா. ஆனால் எதிலும் கலந்து கொள்ளாமல் அமைதியாக ஒதுங்கி நின்று கொண்டிருந்தார் அலெக்சாண்டர்.

திடீரென கிளியோபாட்ராவின் (பிலிப்பின் புதிய மனைவி) தந்தைக்கும் அலெக்சாண்டருக்கும் இடையே வாய்த்தகராறு ஏற்பட்டது. சில நொடி களிலேயே கைகலப்பாகும் சூழ்நிலை உருவானது. இதைக் கவனித்த மன்னர் பிலிப்புக்குச் சட்டென ஆத்திரம் வந்தது.

போதை அதிகமாகியிருந்ததால் நிதானம் இழந்து காணப்பட்டார். மதி மயங்கியிருந்தது. விளைவு, புதிதாக முளைத்த சொந்தத்துக்காக தொப்புள்

கொடி உறவை அறுத்தெறியும் நோக்கத்தோடு வாளை உருவியபடி அலெக்சாண்டரை நோக்கிப் பாய்ந்தார் பிலிப்.

'இதோ, இன்னும் சில நொடிகளில் உன்னுடைய தலை தரையில் உருளப் போகிறது.'

ஆவேசமாக வந்தவரை தலைக்கேறிய போதை தடுமாற வைக்க, கீழே விழுந்துவிட்டார். நல்லவேளையாக அன்று அசம்பாவிதம் எதுவும் நடந்து விடவில்லை.

அலெக்சாண்டருக்கு, தன்னுடைய அன்புத் தந்தையே தன்னை நோக்கி வாளுடன் பாய்ந்த காட்சி கண்ணுக்குள் அடிக்கடி வந்து மோதியது.

'எவ்வளவு பெரிய அவமானம்! எத்தனை பெரிய கனவுகளை என் மீது வைத் திருக்கிறார். என்னைப் போய் வெட்டிவீச நினைத்தாரே!' அலெக்சாண்டரால் தாங்கிக் கொள்ளவே முடியவில்லை. அதிருப்தி. கடும் அதிருப்தி. தந்தைக்கும் மகனுக்கும் விழுந்த இரண்டாவது விரிசல் இது.

உடல் ரணம் ஆகவில்லையே தவிர மனம் ரணமாகியிருந்தது. ரணம் ஆறும் வரை சிலகாலம் தந்தையை விட்டுப் பிரிந்து இருக்கலாம் என்கிற முடிவுக்கு வந்தார் அலெக்சாண்டர்.

ஒலிம்பியஸிடம் விஷயத்தைச் சொன்னதும் சம்மதம் தெரிவித்தாள். இருவரும் எபிரஸ் என்கிற இடத்துக்குப் புறப்பட்டார்கள். சில காலம் அங்கேயே தாயும் தனயனும் தங்கியிருந்தார்கள்.

மகனுடைய பிரிவு மன்னர் பிலிப்பை வாட்டி வதைக்கத் தொடங்கியது. தூக்கம் வராமல் தவித்தார். தூங்கும் போதெல்லாம், 'அலெக்சாண்டர் எங்கே இருக்கிறான்? எப்போது வருவான்?' என்று பிதற்றினார்.

அதைப் பார்த்த தளபதிகள், அமைச்சர்களுக்கெல்லாம் வருத்தமாக இருந்தது. 'என்ன செய்வது? விதி விளையாடிக் கொண்டிருக்கிறது. தன்னுடைய ஆட்டத்தை அது ஆடி முடிக்கும் வரை பொறுத்துக்கொள்ள வேண்டியது தான்.' மூத்த தளபதி பார்மீனியோவின் வாசகம் இது.

ஒருநாள், அரண்மனை ஓய்வறையில் அமர்ந்திருந்தார் மன்னர் பிலிப். அவரு டைய சிந்தனை முழுக்க அலெக்சாண்டரையே சுற்றி வந்துகொண்டிருந்தது. வாயிலில் யாரோ வருகிற சத்தம் கேட்டுத் திரும்பிப் பார்த்தார். ஒரு காவலன்.

'மன்னரே, தங்களைச் சந்திப்பதற்காக டெமரேட்டஸ் என்பவர் வந்திருக்கிறார்.'

அடுத்த நொடி பிலிப் விருட்டென எழுந்தார்.

'என்னது டெமரேட்டஸ் வந்திருக்கிறாரா, உடனே வரச்சொல்லுங்கள்.'

இருவரும் நீண்ட நாள் சிநேகிதர்கள். ஒருவரை ஒருவர் பார்த்ததும் கட்டியணைத்து மகிழ்ச்சியை வெளிப்படுத்திக் கொண்டார்கள். பரஸ்பரநல

விசாரிப்புகள். பால்ய கால நினைவுகள். எல்லாம் முடிந்ததும் டெமரேட்டஸ் அரண்மனையை ஒருமுறை கண்களாலேயே வலம் வந்தார்.

'என்ன வேண்டும் டெமரேட்டஸ்?'

'உன்னுடைய மனைவி ஒலிம்பியஸையும் மகனையும் காணவில்லையே? எங்கே அவர்கள்?'

தர்மசங்கடமாக இருந்தது பிலிப்புக்கு. பதில் சொல்லத் தெரியாமல் திணறினார். இதற்கு மேல் சமாளிக்க முடியாது என்று தெரிந்ததும் நடந்த சம்பவங்களை எல்லாம் விரிவாக எடுத்துச் சொன்னார். அவர்களுடைய பிரிவு தன்னைக் கொல்லாமல் கொல்லுவதையும் சொன்னார். அத்தோடு 'அலெக்சாண்டரை உடனடியாக நான் பார்க்க வேண்டும். அவனுக்காக ஒலிம்பியஸையும் ஏற்றுக் கொள்ள நான் தயாராக இருக்கிறேன்' என்றார் பிலிப்.

எல்லாவற்றையும் அமைதியாகக் கேட்டுவிட்டு டெமரேட்டஸ் சொன்னார்:

'கவலைப்படாதே பிலிப். அவர்கள் இருவருமே என்னுடைய பாது காப்பில்தான் இருக்கிறார்கள். உடனடியாகச் சென்று நானே அவர்களை அழைத்துவருகிறேன்.'

சந்தோஷத்தின் உச்சத்துக்குச் சென்ற பிலிப் மீண்டும் ஒருமுறை தன்னுடைய நண்பரைக் கட்டியணைத்து நன்றி தெரிவித்தார். டெமரேட்டஸ் அதற்கான வேலைகளைச் செய்வதாகச் சொல்லிவிட்டுக் கிளம்பினார். மீண்டும் மன்னர் பிலிப்பின் குடும்பம் இணைந்தது.

●

மன்னர் பிலிப்புக்கு கிளியோபாட்ரா என்றொரு மகள். புது மனைவி கிளியோ பாட்ரா அல்ல, மகளுடைய பெயரும் கிளியோபாட்ரா. அலெக் ஸாண்டருக்கு அடுத்து பிறந்தவள். அந்தக் காலத்தில் பயங்கர பெயர் பஞ்சம் போல. அலெக்சாண்டர், பிலிப், கிளியோபாட்ரா போன்ற பெயர்களை எல்லாம் குடும்பத்துக்குள்ளேயே மீண்டும் மீண்டும் வைத்தார்கள். பெண் பிள்ளைக்குக் காலாகாலத்தில் திருமணம் செய்துவைப்பதுதானே சரியாக இருக்கும். மாப்பிள்ளை பார்த்து, திருமணத்துக்கு நாளும் குறித்துவிட்டார் பிலிப்.

அலெக்சாண்டரை அழைத்தார்.

'நீ சில சமயங்களில் மிகவும் ஆத்திரப்படுகிறாய். கோபம் உன் கண்களை மறைத்துவிடுகிறது.'

எதற்காக இத்தனை பீடிகை என்பது புரியாமல் யோசித்தபடி நின்றார் அலெக்சாண்டர்.

'நிறைய உறவினர்கள் திருமணத்துக்கு வருகிறார்கள். உனக்குப் பிடித்தவர்கள் கொஞ்சம். பிடிக்காதவர்கள் நிறைய. வீண் பிரச்னையைத் தவிர்க்க ஒரு ஏற்பாடு செய்திருக்கிறேன்.'

'சொல்லுங்கள் தந்தையே. உத்தரவுக்காகக் காத்திருக்கிறேன்.'

'நீ திருமண விழாவுக்கு வரவேண்டாம்.'

●

மன்னர் பிலிப்பின் மகள் திருமண விழா படு ஆடம்பரமாக நடந்து கொண்டிருந்தது. அக்கம் பக்கத்து தேச மன்னர்கள். ராணிகள். பெரும் செல்வந்தர்கள். சீமான்கள். சீமாட்டிகள். நண்பர்கள். உறவினர்கள். பொதுமக்கள். எல்லோரும் வந்திருந்தார்கள். மாசிடோனியா நகரமே விழாக்கோலத்தில் ஜொலி ஜொலித்துக்கொண்டிருந்தது.

அந்தத் திருமணத்துக்கு பஸானியஸ் என்பவரும் வந்திருந்தார். மன்னர் பிலிப்பின் நெருங்கிய நண்பர். சில ஆண்டுகளுக்கு முன்னர் ஒலிம்பியஸால் அவமானப்படுத்தப்பட்டு மன்னர் பிலிப்பிடம் இருந்து ஒதுங்கியிருந்தவர்.

பழைய சம்பவத்துக்கு இந்த விழாவில் வைத்து நியாயம் கேட்டுவிடுவது என்பதுதான் பஸானியஸின் திட்டம். ஒருவேளை தக்க நியாயம் கிடைக்காவிட்டால் பிலிப்பைப் பழிவாங்கிவிடுவது என்றும் முடிவு செய்திருந்தார்.

மன்னர் பிலிப் மண்டபத்துக்குள் நுழைந்தார். எல்லோரையும் முகம் மலர வரவேற்றார். அப்போது ஒரு கணீர்க்குரல் அவருக்குப் பின்னால் கேட்டது.

'எங்கே போகிறாய் பிலிப், எனக்குப் பதில் சொல்லிவிட்டுப் போ.'

குரல் வந்த திசையை நோக்கித் திரும்பிப் பார்த்தார். பஸானியஸ். மன்னர் பிலிப்பின் முகம் சுருங்கியது.

'அடடே, என்ன விஷயம் பஸானியஸ்?'

'உன் மனைவியும் உறவினர்களும் என்னை அவமானப்படுத்தினார்கள் அல்லவா, அதற்கு இப்போது பிராயச்சித்தம் வேண்டும்.'

'ஏற்கெனவே செய்தாகிவிட்டதே!'

'புரியவில்லை.'

'உன்னை உயிரோடு நடமாட விட்டிருப்பதுதான் தகுந்த பிராயச்சித்தம்.'

'இதுதான் உன்னுடைய முடிவு என்றால் உன்னுடைய தலைதான் இதற்குப் பதில்.'

ஆக்ரோஷமாகச் சொல்லிவிட்டு, தன்னுடைய கோடரியை உருவினான் பஸானியஸ். அடுத்த நொடி பிலிப்பின் மார்பு துளைக்கப்பட்டது. வாழைக் குலை போல சரிந்துவிழுந்தது பிலிப்பின் உடல். ஆம். உயிர் போய்விட்டால் மன்னராக இருந்தாலும் அப்படித்தானே சொல்ல வேண்டும்.

கண்ணிமைக்க நினைப்பதற்கும் இமைப்பதற்கும் இடைப்பட்ட நேரத்தில் எல்லாம் முடிந்துவிட்டது.

விஷயம் கேள்விப்பட்டு சம்பவ இடத்துக்குக் குதிரையில் பாய்ந்துவந்தார் அலெக்சாண்டர். தரையில் ரத்த வெள்ளத்தில் பிலிப். ஓடிவந்து மடியில் ஏந்திக்கொண்டார். கத்தினார். கதறினார். துடித்தார். என்ன செய்து என்ன புண்ணியம்? போனது உயிராயிற்றே.

'என்னை வரக்கூடாது என்று தடுத்துவிட்டீர்களே. நான் இங்கு இருந்திருந்தால் இந்தக் காரியம் நடந்திருக்குமா?'

அழுது புரண்டார். கண்களில் இருந்து வந்த நீர் பிலிப்பின் அங்கியையே நனைத்தது. கண்ணீர் அஞ்சலி.

மன்னர் பிலிப்புக்கு அடுத்தது யார்?

சந்தேகமில்லாமல் இளவரசர் அலெக்சாண்டர்தான்.

அலெக்சாண்டர் அழைத்துவரப்பட்டார். பதவியேற்றுக் கொள்வதற்கு முன்னர் நடக்கும் கடவுள் பூஜைகள், சடங்குகள் எல்லாம் வரிசைக் கிரமமாக. கொஞ்சம் தடபுடலாகவே. ஒரு சுபமுகூர்த்த சுப தினத்தில் அலெக்சாண்டர் மாசிடோனிய மன்னராக மகுடம் சூட்டப்பட்டார்.

'மாமன்னர் அலெக்சாண்டர் வாழ்க!'

அலெக்சாண்டரின் தலை கிரீடத்தால் அலங்கரிக்கப்பட்டது. அரச பதவியை ஏற்றுக் கொண்ட பிறகுதான் தந்தை பிலிப்புக்கான இறுதி காரியங்களைச் செய்தார் அலெக்சாண்டர்.

குர்-ஆனில் உள்ள குறிப்பு

துல்கர்னைன் என்றால் இரண்டு கொம்புடையவர் என்று அர்த்தம். பின்னாளில் அலெக்சாண்டர் உருவப்படம் பொறித்த நாணயத்தில் அவரை இரண்டு கொம்புகள் உடையவராகத்தான் காட்டினார்கள். கிழக்கு மேற்கு இரண்டு பகுதிகளுக்கும் அலெக்சாண்டரே அதிபதி என்பதைக் குறிப்பால் உணர்த்தியதே இந்த நாணயம்.

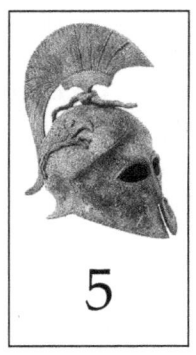

5

மாண்புமிகு மாசிடோனியா

அடுத்து? கொஞ்சம் பொறுங்கள். அலெக்சாண்டர் நிறைய போர்களுக்குச் செல்லவிருக்கிறார். குளம்படிச் சத்தங்களும், வாள் ஓசைகளும், கோடாரிகளின் கொக்கரிப்புகளும் நிறையவே இருக்கின்றன. அதற்குமுன் கிரேக்கத்தின் சுவாரசியமான வரலாற்றை தெரிந்துகொண்டு விடுவோம்.

கி.மு. 13-ல் கிரேக்க மொழியைத் தாய்மொழியாகக் கொண்டவர்கள் வடக்கே உள்ள தெஸ்ஸாலி (Thessaly) என்கிற பிரதேசத்தில் இருந்து தெற்கே உள்ள பெலொப்பனேசியாவுக்கு (Peloponnesus) இடம் பெயர்ந்தார்கள். அப்போது அவர்களுக்கு அக்கீயர்கள் என்று பெயர். கிரேக்கர்களின் ஒரு பிரிவினர்தான் இந்த அக்கீயர்கள்.

வந்து தங்கியவர்கள் கொஞ்சம் கொஞ்சமாக தங்களை ஸ்திரப்படுத்திக் கொண்டார்கள். அங்கு ஏற்கெனவே வாழ்ந்து கொண்டிருந்த மக்களோடு ஒருங்கிணைந்து அவர்களையும் கிரேக்கர்களாக இனம் மாற்றினார். அக்கீயர் களைப் போலவே இயோலியர், ஐயோனியர், டோரியர் ஆகிய பிரிவினர் ஒருவர் பின் ஒருவராக பொலொப்பனேசியாவில் குடியேறத் தொடங்கினர். ஒருகட்டத்தில் கிரீஸில் வாழ்ந்த மக்கள் அனைவருக்கும் கிரேக்கர்கள் என்கிற பெயர் ஒட்டிக் கொண்டது.

கிரேக்கர்களுடைய மத நம்பிக்கைகள், கடவுள் நம்பிக்கைகள், கலாசாரங்கள், பழக்க வழக்கங்கள் எல்லாமே கிட்டத்தட்ட இந்தியர்களோடு ஒரு நேர் கோட்டில் இருப்பது போலவே தோன்றும். ஆனாலும் அத்தனையும் கிரேக்கர்கள் தொடர்பானவை.

எல்லோரைப் போலவும் கிரேக்கர்களுக்கு இரண்டு கண்கள். ஆம். மதம், விளையாட்டு என்கிற இரண்டும்தான் அவர்களுடைய கண்கள். அதையும்

ஒரே வார்த்தையில் சொல்ல வேண்டும் என்றால் மதம் என்றால் கடவுள் வழிபாடு. விளையாட்டு என்றால் ஒலிம்பிக்.

ஏராளமான தெய்வங்களும் ஆலயங்களும் கிரேக்க நாட்டில் இருந்தன. பூஜைகள், அபிஷேகங்கள், ஆராதனைகள், தீபம் ஏற்றுவது என்று எல்லாமே வழக்கத்தில் இருந்தன.

குறிப்பிட்ட பகுதியைச் சேர்ந்தவர் அல்லது இனத்தைச் சேர்ந்தவர்தான் கோயிலில் பூசாரிகளாக வேண்டும், அவர்கள் மாத்திரமே பூஜை செய்ய வேண்டும் என்கிற விதிமுறைகள் எல்லாம் அங்கே அப்பொழுது கிடையாது. யாருக்கெல்லாம் பூஜை, புனஸ்காரங்கள், மந்திரங்கள் சொல்லத் தெரிகிறதோ அவர்கள் எல்லோருமே பூசாரியாகலாம்.

ஆலயம் புனிதமான இடம் என்பதில் மிகுந்த கவனத்துடன் இருந்தனர் கிரேக்கர்கள். தவறு செய்தவர் யாராவது கோயிலுக்குள் புகுந்துவிட்டால் அவரை முதலில் வெளியே அழைத்துவந்துவிடுவார்கள். அதற்குப்பிறகுதான் விசாரணை. தீர்ப்பு. தண்டனை எல்லாமே. தவறிக்கூட கோயிலுக்குள் வைத்து எந்தவிதமான தண்டனையையும் தரமாட்டார்கள்.

கிரேக்கர்கள் சாலையில் நடக்கும்போது கூடவே ஆலிவ் எண்ணெயையும் கொண்டு செல்வார்கள். வழியில் ஏதாவது ஆலயம் தென்பட்டால், அந்தத் தெய்வத்துக்கு எண்ணெய் அபிஷேகம் செய்து, மண்டியிட்டு வணங்கியபிறகுதான் ஆலயத்தைக் கடந்து செல்வார்கள்.

தெய்வங்களைப் போலவே பாம்பையும் அவர்கள் தெய்வமாக நினைத்து வழிபட்டனர். வீட்டுக்குள் பாம்பு வந்துவிட்டால் அதனை அடித்துக் கொல்லாமல் பயபக்தியோடு வெளியே கொண்டு வந்து போட்டு விடுவார்கள்.

மதத்தைக் காப்பாற்றுவது மன்னரின் கடமை என்பது கிரேக்கர்களின் கருத்து. தெய்வத்தை அல்லது மதத்தை யாரும் விமரிசனம் செய்தால் அது ராஜதுரோகமாகக் கருதப்படும்.

அரசு எந்தக் காரியத்தைச் செய்தாலும் சரி, எந்தத் திட்டத்தை அறிமுகம் செய்தாலும் சரி. முதலில் தெய்வத்துக்கு பூஜைகள் நடத்தப்படும். அதன் பிறகுதான் மற்ற எல்லாமே. யுத்தக் களத்துக்குப் புறப்படுவதற்கு முன்பும் பூஜை புனஸ்காரங்கள் ஜெகஜ்ஜோதியாக நடைபெறுவது வழக்கம்.

அடுத்து இரண்டாவது கண், ஒலிம்பிக் விளையாட்டு.

கி.மு. 776 தொடங்கி நான்கு ஆண்டுகளுக்கு ஒருமுறை ஒலிம்பியா என்கிற இடத்தில் விளையாட்டுப் போட்டிகள் நடைபெறுவது வழக்கம். இந்த நான்கு வருட காலத்தை ஒலிம்பியாட் என்று சொல்வார்கள்.

கடந்த காலங்களில் நடந்த சம்பவங்களைக்கூட ஒலிம்பியாட்டை அளவீடாக வைத்துத்தான் பேசுவார்கள்.

ஒலிம்பிக்கின் மீது அத்தனைப் பிரியம் கிரேக்கர்களுக்கு. ஒலிம்பிக் விளையாட்டைப் பார்க்க வருவது, கலந்து கொள்வது, வெற்றி பெறுவது எல்லாமே கிரேக்கர்களின் பெருமைக்குரிய விஷயம்.

இருநாடுகளுக்கு இடையே பகைமை இருக்கிறது அல்லது யுத்தம் நடந்து கொண்டிருக்கிறது என்று வைத்துக்கொள்ளுங்கள். ஒலிம்பிக் என்று வந்துவிட்டால் போதும். எல்லா மோதல்களையும் ஒதுக்கிவிடுவார்கள். எல்லா சண்டைகளையும் விட்டுவிடுவார்கள். நேராக ஒலிம்பிக் மைதானத் துக்கு வந்துவிடுவார்கள். தேவைப்பட்டால் ஒலிம்பிக் போட்டிகள் நடந்து முடிந்த பிறகு யுத்தம் தொடரும்.

ஒலிம்பிக் போட்டிகள் தொடங்குவதற்கு முன்னர் விளையாட வந்திருப் பவர்கள் அத்தனை பேரும் கிரேக்கர்கள்தானா என்பது பரிசோதனை செய்யப்படும்.

தங்களை நிரூபிப்பதற்குத் தேவையான ஆதாரங்களைக் கொண்டுவந்து காட்டுவார்கள். குல, கோத்திர விவரங்களை குழப்பமில்லாமல் சொல்லி நிரூபிப்பார்கள். அடுத்ததாக 'நான் ஒரு பரிசுத்தமான கிரேக்கன். ஒலிம்பிக் விளையாட்டு விதிகளை மீறமாட்டேன்' என்று உறுதிமொழி எடுத்துக் கொள்ளவேண்டும்.

ஓட்டப்பந்தயம், தாண்டுதல் போட்டிகள், மல்யுத்தம், குத்துச்சண்டை, ஈட்டி எறிதல் ஆகியன ஒலிம்பிக் போட்டியின் முக்கியமான விளையாட்டுகள். ஒன்றன்பின் ஒன்றாகப் போட்டிகள் நடக்கும். இறுதியாக தேர்ப்பந்தயம். அத்தனைப் போட்டிகளுமே கடுமையான வெயில் அடிக்கும்போதுதான் நடக்கும். ஆனால் யாரும் பொருட்படுத்துவதில்லை.

எல்லாப் போட்டிகளும் முடிந்ததும் இறுதி நாள் அன்று பரிசளிப்பு விழா வெகு விமரிசையாக நடைபெறும். ஒலிவ (Olive) மரத்து இலைகளைக் கொண்டு உருவாக்கப்பட்ட அழகான மாலைதான் ஒலிம்பிக் பரிசு. வெற்றி பெற்றவரை அறிவிப்பாளர் ஒருவர் வந்து அவருடைய குடும்பம், நாடு உள்ளிட்ட அத்தனை விவரங்களையும் உரக்கச் சொல்வார். இதுதான் அவர் களுடைய பெருமைக்குரிய விஷயம்.

கிரேக்கர்களுடைய வாழ்க்கையில் கவிதைகளுக்கு முக்கியமான இடம் உண்டு. பேசும்போது ஏதாவது ஒரு விஷயத்தை மேற்கோள் காட்ட வேண்டும் என்றால் சட்டென்று கவிதைகளைத்தான் சொல்வார்கள். இலியட், ஒடிஸி இரண்டுக்குமே அதிக மரியாதை கிரேக்கர்களால் தரப்பட்டது.

கவிதைக்கு அடுத்த முக்கியத்துவம் இசைக்குத்தான். குழல் கருவிகள், நரம்புக்கருவிகள் மூலம் இசை எல்லோரையும் மகிழ்ச்சியில் ஆழ்த்தப் பயன் படுத்தப்படும். அவ்வப்போது இசைக்கச்சேரிகள் நடத்தப்படும். ஏராள மான கிரேக்கர்கள் இசையை முழுநேரத் தொழிலாகவும் எடுத்துக்கொண்டு வாழ்ந்துவந்தனர்.

கிரேக்கர்களுடைய நடை, உடை, பாவனை எல்லாவற்றிலுமே ஒருவித நளினம், மிடுக்கு காணப்படும். இருபுறமும் கைகால்களைக் கன்னாபின்னா வென்று அசைத்துக்கொண்டு நடப்பது கிரேக்கர்களால் அருவருப்பாகப் பார்க்கப்படும் விஷயம்.

எதைச் செய்தாலும் அதில் அழகுணர்வு இருக்கவேண்டும் என்பது கிரேக் கர்களின் ரத்தத்தோடு கலந்துவிட்ட விஷயம். காய்கறி நறுக்குவது, பாத்திரங்கள் அடுக்கி வைப்பது, துணிமணிகளைத் துவைத்து உலர்த்து என்று எல்லா விஷயங்களிலும் நேர்த்தி இருக்கும். அவர்கள் பயன்படுத்தும் ஒவ்வொரு பாத்திரமும் அழகிய சித்திரங்கள் வரையப்பட்டு மெருகேற்றப்பட்டிருக்கும்.

சுத்தம், சுகாதாரம் போன்றவற்றில் அதிக சிரத்தை எடுக்கக்கூடியவர்களாக இருந்தனர். தன்னுடைய வீடு தவிர்த்த மற்ற இடங்களும்கூட சுத்தமாக இருக்க வேண்டும் என்பதில் கவனமாக இருந்தனர். கிரேக்கர்களின் காலை உணவு ரொட்டியும் மதுவும். நேர்த்தியாக உடையணிந்துகொண்டுதான் வெளியே புறப்படுவார்கள். ஒவ்வொருவர் பின்னாலும் ஒன்று அல்லது இரண்டு அடிமைகள் நடந்துவருவார்கள்.

தினமும் காலை நேரத்தில் தாடி, மீசையை மழித்துக்கொள்வது கிரேக் கர்களின் வழக்கம். அதன்பிறகு சந்தைக்குச் (Agora) சென்று வீட்டுக்குத் தேவையான காய்கறிகள், மளிகை சாமான்கள் ஆகியவற்றை வாங்கி, தன்னுடன் வந்த அடிமைகளிடம் வீட்டுக்குக் கொடுத்தனுப்புவார்கள்.

அதன்பிறகு தங்களுடைய தொழிலை கவனிக்கத் தொடங்கிவிடுவார்கள். பகல் உணவு முடிந்ததும் சிறிது நேரம் ஓய்வு. குட்டித்தூக்கம். பிறகு, மீண்டும் வேலை. அடுத்தது, உடற்பயிற்சி. கால்பந்து. கூடைபந்து. ஓட்டம் போன்ற விளையாட்டுகள். அதன்பிறகு ஆலிவ் எண்ணெய் குளியல். பிறகு சாப்பாடு.

பெரும்பாலும் இருட்டுவதற்கு முன்னரே சாப்பிட்டுவிடுவார்கள். அதுவும், நண்பர்கள் மற்றும் உறவினர்களோடுதான் இரவு சாப்பாடு இருக்கும். இரவுச் சாப்பாட்டில் பழங்கள், மது எல்லாம் உண்டு. பிறகு நண்பர்களுடன் உரையாடல், தூக்கம்.

இதுதான் கிரேக்கர்களின் தினசரி வாழ்க்கை.

கிரேக்க வீடுகள் பெரும்பாலும் காற்றோட்டமாக, விஸ்தாரமாகவே இருக்கும். வெளிச்சமும் தேவைக்கு அதிகமாகவே இருக்கும். ஒவ்வொரு வீட்டுக்கும் நடுவில் ஒரு முற்றம் இருக்கும். சமையலறை, உணவு அறை, படுக்கையறை எல்லாம் தனித்தனியே உண்டு.

வெளியே பார்த்தால் எந்த வீடுமே பிரம்மாண்டமாகத் தெரியாது. ஆனால் வீட்டுக்குள் நிறைய வசதிகள் இருக்கும். ஜன்னல்கள் அதிகம் இருக்காது. ஆனாலும் தேவையான அளவுக்கு வெளிச்சம் கிடைக்கும். பெரும்பாலும் மண்தரை வீடுகள்தான்.

மனிதர்கள் நடுத்தர உயரத்திலேயே இருப்பார்கள். கிரேக்கர்கள் கட்டு மஸ்தாக உடலை வைத்துக்கொள்வதில் அதிக ஆர்வம் கொண்டவர்கள். சதுர வடிவில் இருக்கும் இரண்டு கம்பளித் துண்டுகளை இணைத்து முழு உடலையும் போர்த்தியதுபோல அணிந்து கொள்வது அவர்களது வழக்கம்.

ஆண்கள் வெளியே செல்லும்போது தடி ஒன்றை எடுத்துச் செல்வார்கள். அந்தத் தடிக்கு அழகான பூண் போடப்பட்டிருக்கும். பெண்கள் முடிந்தவரை அதிகபட்ச ஆபரணங்களை அணிந்துகொள்வார்கள். அழகு சாதனங்களை நிறையவே பயன்படுத்தக்கூடியவர்கள்.

குடும்பம் என்றால் கணவன், மனைவி, குழந்தை என்ற அளவில் நின்று விடாது. பாட்டன், பாட்டி, பெரியப்பா, சித்தப்பா, மாமன், மாமி, பேரன், பேத்தி என்று அத்தனை சொந்தங்களும் ஒன்றாக இணைந்து வாழும் ஒரு சமூகம் என்பது கிரேக்கர்களுடைய எண்ணம். கூட்டுக்குடும்பம் என்பது தான் அவர்களுடைய சிறப்புகளுள் ஒன்று.

ஒருவருடைய பெயரைக் கேட்டால், 'நான் பிலிப்பின் மகன் அலெக்சாண்டர்' என்று தான் அறிமுகம் செய்துகொள்வார். வெறுமனே 'அலெக்சாண்டர்' என்று அறிமுகம் செய்வதில் அவர்களுக்கு விருப்பமில்லை.

குடும்பச் சூழல் காரணமாகவோ, வேலை நிமித்தமாகவோ வெளி நாடுகளுக்குச் செல்ல வேண்டும் என்றால் தன்னுடைய வீட்டில் இருந்து கொஞ்சம் நெருப்பை எடுத்துச் செல்வார்கள். புதிதாகப் போகிற இடத்தில் அதைப் பத்திரமாகப் பாதுகாப்பார்கள். கூடவே, கொஞ்சம் மண்ணையும் எடுத்துச்செல்வது அவர்களுடைய வழக்கம்.

குழந்தைக்குப் பெயர் வைப்பது, குழந்தையைப் பள்ளியில் சேர்ப்பது, திருமணம் செய்துவைப்பது, போர்ப்பயிற்சி கொடுப்பது, மழை வேண்டு வது, பொருள் கேட்பது, செல்வச் செழிப்பைப் கேட்பது, நோயிலிருந்து விடுதலை கேட்பது, வறுமையைப் போக்குவது, தொழில் தொடங்குவது, வெளிநாட்டுப் பயணம் என்று எதுவாக இருந்தாலும் வேண்டுதல், பரிகாரம், அபிஷேகம் மூலம்தான் செய்துகொள்வார்கள். வேண்டுதல் இன்றி, பூஜை புனஸ்காரம் இல்லாமல் ஓர் அணுவும் அங்கே அசையாது.

நாட்டில் வறட்சி, வீட்டில் வறுமை, துக்க சம்பவம், நோய் பீடிப்பு என்று எதுவாக இருந்தாலும் அதன் பின்னணியில் தெய்வக்குற்றம் இருப்பதாக நம்புவது கிரேக்கர்களின் வழக்கம்.

பிறப்பு, திருமணம், மரணம் போன்ற வாழ்க்கையின் அத்தனை அம்சங் களுமே பல்வேறு சடங்குகளால் நிரம்பியவை. இதில் ஆண்களும் பெண்களும் இணைந்து செய்யக்கூடியவை, பெண்கள் மட்டுமே தனித்து செய்யக்கூடியவை என்று இரு பிரிவுகள் உண்டு.

பண்டிகைகளும்கூட ஏராளமான சடங்குகளுடன் கொண்டாடப்படும். விவசாயம் முக்கியத் தொழில் என்பதால் பெரும்பாலான பண்டிகைகள்

விவசாயத்தை மையப்படுத்தியே இருந்தன. குறிப்பாக நல்ல விளைச்சல் இருந்தால் அதற்கு 'இறைவனே காரணம்' என்று சொல்லி நன்றி தெரிவிக்கும் விழாக்களும் பண்டிகைகளும் அதிக அளவில் நடத்தப்படுவது உண்டு.

கிரேக்கர்களின் புனித எண் '7'. சூரிய மற்றும் சந்திர கிரகணங்கள் மீது ஒருவித நம்பிக்கை அவர்களுக்கு உண்டு. அதாவது, அந்தத் தினத்தில் செய்கிற காரியங்கள் வெற்றியைத் தராது என்பது அவர்களுடைய நம்பிக்கை. யுத்தமாக இருந்தாலும் அன்றைய தினம் மட்டும் அமைதி காப்பது கிரேக்கர்களின் பழக்கம்.

மருத்துவமனைக்கோ அல்லது நோயாளிகளின் வீட்டுக்கோ சென்றுவிட்டால் வீட்டுக்குள் நுழைவதற்கு முன்னர் நன்றாகக் குளித்துவிடுவார்கள். அதேபோலவே துக்க வீட்டுக்குச் சென்றாலும் குளித்துவிட்டுத்தான் அடுத்த காரியத்தில் ஈடுபடுவார்கள்.

எந்த அளவுக்கு வாழ்க்கையில் ஒவ்வொரு படியிலும் நேர்த்தியைக் கடைப் பிடித்தார்களோ அதே அளவுக்கு மூட நம்பிக்கையிலும் திளைத்திருந்தார்கள் கிரேக்கர்கள். தும்மல், பூனை, பல்லி விழும் பலன் என்று பட்டியல் ஏராளம். இனி மாசிடோனியாவுக்கு வருவோம்.

கிரீஸ் நாட்டின் வடபகுதிக்கு இன்னொரு பெயர்தான் மாசிடோனியா. இங்கு வசித்தவர்களும் கிரேக்கர்கள்தான். ஆனால் மற்ற கிரேக்கப் பகுதிகளில் வசிப்பவர்களைப் போல அல்லாமல் நாகரிகம் குறைந்தவர்களாக இருந்தனர். பேசுகின்ற மொழி நளினமாக இல்லாமல் கொச்சையாக இருக்கும். இதனால் 'வடக்கத்தியர்கள்' என்று ஏளனமாகவே பார்ப்பார்கள் மற்ற கிரேக்கர்கள்.

ஆனாலும்கூட பல மன்னர்கள் மாசிடோனியாவை ஆண்டு கொண்டிருந்தனர். ஆனால் நாகரிக ரீதியாக மாசிடோனியாவை மற்ற கிரேக்கர்களுக்கு இணையாக மாற்றும் திருப்பணியைச் செய்வதற்கு எந்த மன்னருமே தயாராக இல்லை. அப்போதுதான் பிலிப் என்கிற இளைஞனுக்கு மாசிடோனியாவின் முன்னேற்றத்தின் மீது நாட்டம் வந்தது.

'எப்படி முன்னேற்றுவது இந்தப் பாழாய்ப்போன மாசிடோனியாவை? எல்லோருமே அவரவர் வேலையைத்தான் பார்க்கிறார்கள். நான், என் மனைவி, என் குழந்தை என்று. நாட்டை யார்தான் காப்பாற்றுவது? யாராவது உதவிக்கு வாருங்கள். நம்முடைய நாட்டைக் கலாசார ரீதியாக, நாகரிக ரீதியாக மற்ற கிரேக்கர்களுக்கு இணையாக மாற்றுகிறேன்.'

உரக்கக் குரல் கொடுத்தான் பிலிப். தொண்டைத் தண்ணீர் வற்றும் வரைக் கத்தினான். அவனது குரல் எல்லோரின் காதிலும் விழுந்தது. ஆனால், இவன் பக்கம் திரும்பக்கூட யாரும் தயாராக இல்லை.

சோர்ந்துவிடவில்லை பிலிப்.

‘யாரும் வராவிட்டால் நானும் ஒதுங்கிவிட வேண்டுமா என்ன? மாட்டேன். நிச்சயமாக மாட்டேன். என்னுடைய திறமைகளை வளர்த்துக்கொள்ளப் போகிறேன். என்னுடைய கல்வியறிவை உயர்த்திக் கொள்ளப்போகிறேன். அதற்காக இதோ இந்த நிமிடமே தீபு (தீப்ஸ்) நகருக்குப் புறப்படுகிறேன்.’

சொல்லிவிட்டுப் புறப்பட்டான் பிலிப். அப்போது அவனுக்கு வயது பதினைந்து.

மொத்தம் மூன்று ஆண்டுகள். கடுமையான பயிற்சிகள். ஒரு வேள்வியாகவே நினைத்து ஒவ்வொன்றையும் கற்றுக்கொண்டான் பிலிப். நளினமான கிரேக்க மொழி நாக்கில் புரளத் தொடங்கிவிட்டது. கொச்சை மொழி என்கிற வாடையே இல்லாமல் போனது.

கிரேக்க மொழியில் நன்றாக எழுதவும் பேசவும் கற்றுக்கொண்டான். மற்ற கலைகளையும் சேர்த்துக் கற்றுக்கொண்டான். உலக வரலாறுகள். போர் வித்தைகள். யுக்திகள். ஆயுதப்பயிற்சி. எல்லாம். எல்லாம். ஒன்றுவிடாமல். முக்கியமாக ராஜதந்திரம்.

பதினெட்டு வயது ஆனது பிலிப்புக்கு. எல்லாம் ஓரளவுக்குப் பழகிவிட்டது. எவற்றையெல்லாம் தெரிந்து கொள்வதற்காக வந்தாரோ அத்தனையும் விரல்நுனியில் வந்துவிட்டன. இனிமேலும் தாமதிப்பதில் அர்த்தமில்லை. மாசிடோனியாவுக்குத் புறப்பட்டார் பிலிப்.

அப்போது மாசிடோனியாவை பெர்டிகாஸ் என்கிற மன்னர் ஆட்சி செய்து கொண்டிருந்தார். பெர்டிகாஸ், பிலிப்பின் சகோதரர். சகோதரனின் திறமை களைக் கண்டு வியந்த பெர்டிகாஸ், உடனடியாக உயர்ந்த பதவி ஒன்றைக் கொடுத்தார்.

சந்தோஷமாக இருந்தது பிலிப்புக்கு. பதவியை ஏற்றுக்கொண்டதும் பெர்டிகாஸிடம் பிலிப் கேட்ட வரம், ராணுவம் அமைக்கும் பணியில் ஈடுபட தன்னை அனுமதிக்க வேண்டும் என்பதுதான்.

தலையசைத்துவிட்டார் பெர்டிகாஸ். உற்சாகமாக வீரர்களைத் தேர்வு செய்வது, போர்ப்பயிற்சி கொடுப்பது என்று வேகமாகச் செயல்படத் தொடங்கினார் பிலிப். இடைப்பட்ட காலத்தில் கி.மு. 359-ல் இல்லீரியா மலை ஜாதி மக்களோடு நடந்த யுத்தத்தில் பெர்டிகாஸ் கொல்லப்பட்டார்.

மாசிடோனியாவின் தலைமைப்பீடம் காலியானது. அடுத்தது யார்? என்கிற கேள்வி எழுந்தது. மின்னல் வேகத்தில் செயல்பட்டார் பிலிப். பெர்டிகாசின் மகன் அமிண்டாஸ் மன்னராகப் பொறுப்பேற்க வேண்டும் என்று வலியுறுத் தினார். அவருக்குப் பிரதிநிதியாக செயல்படத் தொடங்கினார் பிலிப்.

‘எல்லா முடிவுகளும் இவனுடைய கைகளில்தான். அமிண்டாஸ் வெறும் பொம்மை’ என்பது எல்லோருக்கும் தெரிந்திருந்தது.

அப்போது மாசிடோனியா பொருளாதார ரீதியாக அத்தனை பலம் பொருந் தியதாக இல்லை. ஆனால் ராணுவத்தைப் பலப்படுத்த அதிக அளவில் நிதி

ஆதாரம் தேவைப்பட்டது. ராணுவம் முக்கியம் என்பதில் உறுதியாக இருந்தார் பிலிப்.

அப்போது பாங்கீயஸ் என்கிற தங்கச் சுரங்கங்களைக் கொண்ட மலையின் நினைவு பிலிப்புக்கு வந்தது. அதனை அடைய வேண்டும் என்றால் அதற்கு இடையூறாக இருக்கும் ஆம்ப்பிபொலிஸ் என்கிற நகரை வசப்படுத்தியாக வேண்டும்.

உடனடியாக அதை ஆக்ரமிக்கும் பணியைத் தொடங்கினார் பிலிப். பாங்கீயஸ் மலை பிலிப்பின் ஆளுகைக்குள் வந்தது. அதற்கு பிலிப்பி என்கிற புதிய பெயரைச் சூட்டினார். அதாவது, தன்னுடைய பெயர். அதுதான் விரைவில் மாசிடோனியாவை பிலிப் கைப்பற்றப் போகிறார் என்பதற்கான முதல் சமிக்ஞை.

தங்கச்சுரங்கங்களில் இருந்து தாராளமாக வருமானம் வந்தது. கிடைத்த பணத்தின் பெரும்பாலான பகுதியை ராணுவத்தை உருவாக்கப் பயன் படுத்தினார். ஒரு கட்டத்தில் தன்னுடைய ராஜப்பிரதிநிதி முகமூடியைக் கழற்றி வைத்துவிட்டு, மன்னராகப் பொறுப்பேற்றுக்கொண்டார். உலகி லேயே சிறந்த ராணுவம் என்ற அளவுக்கு ராணுவத்தை முன்னேற்றினார்.

பெரிய பெரிய வெற்றிகளைக் குவிக்க வேண்டும் என்றால் மக்களிடையே ஒற்றுமை அவசியம் என்பதை அடிக்கடி சொல்லி, மக்களை மனரீதியாக ஒற்றுமைப்படுத்தினார் பிலிப். கல்வி, கலாசார விஷயங்களில் மாசி டோனியர்களை முன்னேற்றுவதற்குத் தேவையான ஆசிரியர்கள், பண்டிதர் களைக் கொண்டு வந்து மக்களுக்குப் பயிற்சி கொடுக்க ஏற்பாடு செய்தார்.

ஒருகாலத்தில் மற்ற கிரேக்கர்களால் கேவலமாகப் பார்க்கப்பட்ட மாசிடோனியர்கள், இப்போது பிரமிப்போடு பார்க்கப்பட்டனர் காரணம் பிலிப். அதற்காக கிரேக்கர்களை விரோதியாக்கிக்கொள்ள பிலிப் விரும்ப வில்லை. அவர்களோடு நட்பு பாராட்டவே விரும்பினார்.

பாரசீகத்தின் கடற்படையை வெல்ல வேண்டும் என்றால் அதற்கு ஏதென்ஸின் கடற்படை உதவி அவசியம். எனவே ஏதென்ஸைப் பகைத்துக் கொள்ள அவர் விரும்பவில்லை. நிற்க.

கி.மு. 336.

கூரான கோடாரி. பிலிப் கொல்லப்பட்டார். அப்புறம் அலெக்சாண்டர்... சரித்திரத்தைத் தொடருவோம்.

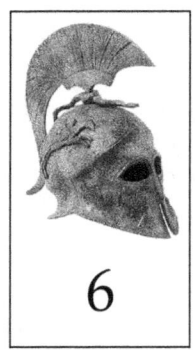

6

அரியணையில் அலெக்சாண்டர்

எல்லாம் புதிதாக இருந்தது அலெக்சாண்டருக்கு. வைரம் பதிக்கப்பட்ட கிரீடம். பாரம்பரிய உடை. நேர்த்தியான ஆடை அலங்காரங்கள். கூடுதல் மரியாதை. எல்லாமே முன்பைவிடக் கூடுதல். இளவரசர், மன்னராகி விட்டார் என்பதற்கான சாட்சியங்கள்.

கட்டுமஸ்தான உடல். உருண்டு திரண்ட தோள்கள். முறுக்கேறிய கரங்கள். தினவெடுத்த கால்கள். பொலிவு நிறைந்த முகம். மன்னருக்குரிய அத்தனை அம்சங்களும் அலெக்சாண்டருக்கு அமைந்திருந்தன.

நிர்வாகம் அவருக்குப் புதிதில்லை. ஏற்கெனவே ஆட்சி, நிர்வாகம் போன்ற விஷயங்களைத் தந்தை பிலிப் கொடுப்பதற்கு முன்பாக, தானே அட்சதை போல எடுத்து தலையில் போட்டுக்கொண்டு காரியங்களில் இறங்கியிருந்தவர்தான்.

இருந்தாலும் தளபதிகள், அமைச்சர்கள், பொதுமக்கள் எல்லோரும் தன்னிடம் சங்கோஜமில்லாமல் நடந்துகொள்வார்களா என்பதில் அவருக்குக் குழப்பம் இருந்தது. எல்லாம் சரியாகிவிடும் என்கிற நம்பிக்கையும் இருந்தது.

மாசிடோனியா மக்கள் மீது அவருக்கு ஒரு கவலை இருந்தது. கவலை என்றுகூட சொல்லமுடியாது. ஒரு எதிர்பார்ப்பு.

எப்படி நடந்துகொள்வார்கள்? அலட்சியம் செய்வார்களா? அல்லது மன்னர் பிலிப்பின் மகன் என்பதால் கொஞ்சம் அடக்கி வாசிப்பார்களா? தந்தை இல்லை, இவனால் என்ன செய்துவிட முடியும் என்று எக்காளம் இடுவார்களா? அல்லது மேடி நாட்டு வெற்றியை நினைத்துக் கொஞ்சம் பயப்படுவார்களா?

நிறைய கேள்விகள் கேட்டுக்கொண்டார் அலெக்சாண்டர்.

ஒருவேளை போர், யுத்தம் என்று வந்துவிட்டால்? கலவரம் செய்ய யாராவது கிளம்பிவிட்டால்?

வரட்டும். வந்து பார்க்கட்டும். அதற்காகத்தானே காத்துக்கொண்டிருக்கிறேன். வாய்ப்பு ஏற்படாதவரைக்கும் வீரன் என்று எப்படித்தான் மற்றவர்களுக்குப் புரியவைக்க முடியும்? மனத்துக்குள் சொல்லிக்கொண்டார் அலெக்சாண்டர்.

இது ஒருபக்கம் இருக்க, தந்தை பிலிப்பின் ஆட்சியில் மாசிடோனிய மக்கள் எந்த அளவுக்கு பாதுகாப்பாக இருந்தார்களோ அல்லது பாதுகாப்பாக உணர்ந்தார்களோ அதில் இம்மியளவும் குறைந்துவிடக்கூடாது என்பதிலும் அவர் உறுதியாக இருந்தார்.

'எது நடந்தாலும் மக்களின் ஆதரவு முக்கியம். அவர்களுடைய எண்ணங்கள் முக்கியம். அவர்களுடைய உணர்வுகள் அதைவிட முக்கியம்.' தந்தை பிலிப் அடிக்கடி கூறிய வாசகம் இது.

'மக்களின் நம்பிக்கையைத் துரும்பளவு இழந்துவிட்டாலும் பிரச்னை என்று வரும்போது அது விஸ்வரூபம் எடுத்துவிடும்' என்கிற பிலிப்பின் வார்த்தைகளுக்கு உரிய மரியாதை கொடுக்க விரும்பினார் அலெக்சாண்டர்.

அவ்வப்போது அமைச்சர்கள் மற்றும் தளபதிகளை அழைத்து, ஆகவேண்டிய காரியங்கள் எதுவும் தங்கு தடையில்லாமல் நடப்பதற்குத் தேவையான உத்தரவுகளைப் பிறப்பித்தார்.

நாள்கள் நகர்ந்தன. அலெக்சாண்டர் எதிர்பார்த்தது நடந்தது. மாசிடோனியாவைச் சுற்றியிருக்கும் பல இடங்களில் கலவரங்கள். குதிரை வீரர்கள் வந்து அலெக்சாண்டரிடம் தகவல் சொன்னார்கள்.

அரியணை ஏறிய புதிதில் அவர் எதிர்கொள்ள வேண்டிய சவால்கள், எதிர்ப்புகள் எல்லாம் அதிகமாக இருந்தன. ஆனால் எதுவும் புதிதாக இல்லை. ஏற்கெனவே மேடி கலவரத்தை உருத்தெறியாமல் செய்தவர்தானே அவர்!

தளபதி பார்மீனியோவை அழைத்தார். பார்மீனியோ? ஆம். பிலிப்பின் தலைமைத் தளபதியாக இருந்தவர். அலெக்சாண்டருக்கும் அவர்தான்.

ஆண்டிபேட்டர் (Antipater) மற்றும் பார்மீனியோ (Parmenio) இருவருமே மன்னர் பிலிப்பின் நம்பிக்கைக்குரியவர்கள். முதலாமவர் ஆட்சி, நிர்வாகம், பொதுமக்கள் நலன், திட்டங்கள், செயல்களைப் பார்த்துக் கொண்டார். இரண்டாமவர் பார்மீனியோ முழுக்க முழுக்க ராணுவம், படை, யுத்தம், வெற்றி, வீரர்கள், ஆயுதப்பயிற்சி என்று கவனம் செலுத்தினார்.

போதைப்பழக்கம் பிலிப்புக்கு மிகவும் பிடித்த ஒன்று. ஒருநாள் நன்றாகக் குடித்துக் கொண்டிருந்தார் மன்னர் பிலிப். போதை ஏறிக்கொண்டே இருந்தது. கோப்பைகள் காலியாகிக் கொண்டே இருந்தன.

மன்னர் குடிப்பதை நிறுத்துவதற்கான அறிகுறியே தெரியவில்லை. சுற்றியிருந்தவர்கள் அத்தனை பேரும் நடுங்கத் தொடங்கினார்கள்.

'ஏதாவது ஒன்று ஆகிவிட்டால் என்ன செய்வது?'

மன்னர் பிலிப்பிடம் மெல்லிய குரலில் கெஞ்சி, 'அளவுக்கதிகமாகக் குடித்து விட்டீர்கள். போதும். ஏதாவது ஆபத்து வந்துவிடப்போகிறது' என்றார்கள்.

'ஆண்டிபேட்டரும் பார்மீனியோவும் அருகில் இருக்கிறார்களா?'

மயக்கம் தோய்ந்த குரலில் கேட்டார் மன்னர் பிலிப்.

'இருக்கிறார்கள் மன்னரே.'

'இனி கவலையில்லை. எந்த ஆபத்தும் நிகழாது. ஒருவேளை ஆபத்து என்றால் அவர்களுக்குத் தெரிந்திருக்கும்.'

போதை மயக்கத்தில் இருந்தாலும்கூட, இருவர் மீதும் மன்னர் பிலிப்புக்கு அபரிமிதமான நம்பிக்கை இருந்தது.

பார்மீனியோ. பழுத்த அனுபவசாலி. எத்தனை யுத்தங்கள். எத்தனை ஆபத்துகள். எத்தனை சூழ்ச்சிகள். எல்லாவற்றையும் நசுக்கித்தள்ளிவிட்டு, வெற்றி மாலையைப் பிலிப்புக்கு அணிவித்து மகிழ்ந்தவர். அனுபவத்துக்கு ஈடு இல்லை. அவர்தான் எனக்குத் தளபதியாகச் செயல்படவேண்டும். அலெக்சாண்டர் வேண்டி விரும்பி அவரைத் தளபதியாக நீட்டிப்பு செய்திருந்தார்.

'பார்மீனியோ, திடீரென கலவரம் உருவாக என்னக் காரணமாக இருக்கும்?' - அலெக்சாண்டர் கேட்டார்.

'ஒருவேளை மாசிடோனிய மன்னர் பச்சிளம் பாலகன் என்று அவர்கள் நினைத்திருக்கலாம்.'

பார்மீனியோ உதிர்த்த வார்த்தைகள் அலெக்சாண்டரை ஆத்திரமடையச் செய்தன. இருந்தாலும் அடக்கிக்கொண்டார். அது அவருடைய சொந்தக்கருத்து அல்ல. பிரச்னைக்கான காரணத்தைக் கேட்டோம். சொன்னார். அவ்வளவே.

'நான் பாலகன் என்பதுதான் என் தந்தை பிலிப்பின் ஆளுகையின் கீழ் இருந்த நாடுகளில் எல்லாம் கலகம் வெடிக்கக் காரணமா? அப்படியென்றால் பிலிப்புக்குப் பயந்து தூங்கிக் கிடந்தவர்கள் எல்லாம் துளிர்த்து எழுந்து விட்டார்கள். தந்தையால் அதிகாரத்தில் அமர்த்தப்பட்டவர்கள் ஆட்சியையே கைப்பற்ற எத்தனிக்கிறார்கள். அப்படித்தானே?'

'ஆமாம்.'

பார்மீனியோவிடம் இருந்து பளிச்சென வந்தது பதில்.

மற்ற தளபதிகள், அமைச்சர்கள் எல்லோரையும் அழைத்துப் பேசினார் அலெக்சாண்டர்.

'தங்கள் தந்தை பிலிப் மறைந்துவிட்டதால் அவருக்கு அடிபணிந்து கிடந்த வர்கள் எல்லோரும் உங்களையும் உங்களுடைய திறமையையும் அலட்சியம் செய்யும் விதத்தில் நடந்து கொள்கின்றனர். அமைதியாக சிந்தித்து முடிவெடுக்க வேண்டிய தருணம் இது.'

'வாளை எடுப்பதுதான் இதற்கு ஒரே வழி.'

'அதுதான் ஒரேவழி என்று சொல்ல முடியாது. சமாதானம் மூலமாகவும் தீர்க்கலாம்.'

ஆளுக்கொரு யோசனை. ஒவ்வொன்றும் ஒருவகை.

எல்லாவற்றையும் நிதானமாகக் கேட்டார் அலெக்சாண்டர். யோசித்து உள்வாங்கிக்கொண்டார். இறுதியாகச் சொன்னார்:

'என்னுடைய இருபது வயது அவர்களுக்கு அலட்சியத்தை உருவாக்கியதில் தவறில்லை. ஆனால் நான் என்னுடைய தந்தை பிலிப்பை விட போர் விஷயங்களில் மோசமானவன், அபாயகரமானவன் என்பதை அவர்களுக்கு நிரூபிக்க முடிவெடுத்துவிட்டேன். நான் தொடுக்கும் போர் எப்படி இருக்கும் தெரியுமா?'

சற்றே நிதானித்துவிட்டுச் சொன்னார் அலெக்சாண்டர்.

'என் தந்தை இறந்தவுடன் எனக்கு எதிராக அவர்கள் கிளர்ந்து எழுகிறார்கள் அல்லவா. அதைப்போல அல்லாமல் என்னுடைய மகனின் ஆட்சிக் காலத்தில் கிளர்ந்தெழுவதற்கு அவர்கள் யாருமே இருக்க மாட்டார்கள். தடம் தெரியாமல் அழிந்து போயிருப்பார்கள். அந்த அளவுக்குக் கொடூரமான தாக்குதலை நடத்தப் போகிறேன்.'

மன்னர் அலெக்சாண்டரின் பேச்சில் உணர்ச்சி பொங்கியது. முதல் வீரப்பேச்சு. வீரர்கள். தளபதிகள். அமைச்சர்கள். அத்தனை பேர் முன்னிலையில் அலெக் சாண்டர் நிகழ்த்திய வீர உரை எல்லோரையும் பிரமிப்படையச் செய்தது.

'இன்னொரு முக்கியமான விஷயம். யுத்தத்தை நடத்தப்போவது நான் அல்ல. அனுபவம் பொருந்திய நம்முடைய தளபதி பார்மீனியோ. இளமையும் அனுபவமும் இணைந்த படை நம்முடையது. இளமைக்கு அனுபவம் வழிகாட்டப்போகிறது. வீரத்துக்கு விவேகம் வழிகாட்டப்போகிறது. தயாராகுங்கள்.'

டான்யூப் நதிக்கரையில் யுத்தம் தொடங்கியது. மலைச்சாதி நாடு அது. சிர்மஸ் மன்னனுக்கும் அலெக்சாண்டரின் படைக்கும் நடந்த யுத்தத்தில் இருதரப்பும் கடுமையாக மோதிக்கொண்டன.

இந்த யுத்தத்திலும் குதிரைப்படையே ஆதிக்கம் செலுத்தியது. அலெக் சாண்டரின் படைகள் அதிக நேரம் எடுத்துக்கொள்ளவில்லை. இறுதி வெற்றி அலெக்சாண்டருக்குத்தான். கலவரம் நடந்த மலைநாடு அலெக்சாண்டருக்கு அடிபணிந்தது.

'அடுத்து யாராவது கலவரம் செய்கிறார்களா?'

ஆவேசமாகக் கேட்டார் அலெக்சாண்டர்.

'தீபு நாடு கொஞ்சம் சலசலத்துக் கொண்டிருக்கிறது.'

'அடக்கிவிடலாம்.'

•

'சிறுவனே, எங்களுடன் விளையாடாதே. தடம் தெரியாமல் போய் விடுவாய்.'

அறைகூவல் ஒன்று வந்தது அலெக்சாண்டருக்கு. தொடுத்தவர் அடிபட்ட பழைய பாம்பு. ஆம். கிரேக்கப் பேச்சாளர் டெமாஸ்தனிஸ்.

'டெமாஸ்தனிஸின் வாய்க்கொழுப்புக்கு இந்தமுறை தக்க பதிலடி தரப்போகிறேன். எனவே, மீண்டும் ஒரு யுத்தத்துக்குத் தயாராகுங்கள் வீரர்களே.'

மாசிடோனிய வீரர்களுக்கு சந்தோஷம் பிடிபடவில்லை.

'மீண்டும் ஒரு வெற்றிக்குத் தயாராவோம் என்று சொல்லுங்கள் மன்னரே.'

ஆர்ப்பரித்தனர். அதே வேகத்தோடு போரிட்டனர். எதிரிகளின் தலைகள் உருண்டோடின. பல உயிர்கள் ஈட்டிக்குப் பலியாகின. தீபு யுத்தம் முடிவுக்கு வந்தது. வெற்றி மடியில் வந்து விழுந்தது. தீபு நாடும் இப்போது அலெக் சாண்டர் வசம். வெற்றி முழக்கங்களெல்லாம் முடிந்த பிறகு வீரர்களை அழைத்துப் பேசினார் அலெக்சாண்டர்.

'என்னதான் நான் வீரனாக இருந்தாலும் நானும் ஒரு மனிதன். எனக்குள் நிறைய அன்பு இருக்கிறது. கருணை இருக்கிறது. எல்லோரும் நன்றாக வாழ வேண்டும் என்பதுதான் என்னுடைய எண்ணம், விழைவு, எல்லாமே. தற்போது தீபு நம்முடைய கையில். தீபு மக்கள் நம்முடைய அடிமைகள். அதில் சந்தேகமில்லை. ஆனால் ஒரேயொரு மாற்றத்தைச் செய்ய விரும்பு கிறேன். அதற்கு உங்கள் அனைவருடைய சம்மதமும் தேவை.'

பேச்சை நிறுத்தினார் அலெக்சாண்டர்.

அடுத்து என்ன பேசப் போகிறாரோ என்று ஆர்வம் பொங்கப் பார்த்தனர் வீரர்கள்.

'நான் சிறுவன் அல்ல, நாம் கோழைகள் அல்ல என்று நிரூபணம் செய்வ தற்காகவே இந்தப் போரில் ஈடுபட்டோம். இனிமேல் தீபு மக்களை மனித நேயத்துடன் நடத்த விரும்புகிறேன்.'

'அப்படியே செய்யுங்கள் மன்னரே.'

தீபு மக்களை அழைத்துப் பேசினார் அலெக்சாண்டர். அவர்களில் சிலர் மாத்திரமே தங்களுடைய தோல்வியை ஒப்புக்கொண்டிருந்தார்கள். பலர், 'எங்கே முடிந்தது யுத்தம்?' என்று ஏளனமாகச் சிரித்தார்கள்.

58

ஆத்திரம் பொங்கியது அலெக்சாண்டருக்கு.

'என்ன திமிர் உங்களுக்கு? வீரர்களே, இந்தத் தீபு நகரமே தரைமட்ட மாகட்டும். ஓங்கி உயர்ந்த கட்டடங்களை எல்லாம் சின்னத் துகள்களாக மாற்றுங்கள். தேவைப்பட்டால் எரித்துவிடுங்கள். மாசிடோனியப்படை தங்கியிருக்கும் காட்மியா கோட்டை மட்டும் மிச்சமிருக்கட்டும். நமக்கு விசுவாசமாக இருப்பவர்களை மாத்திரம் விட்டுவிடுங்கள். எல்லோரையும் சிறைப்பிடியுங்கள். அடிமைகள் என்று சொல்லி யாரிடமாவது விற்று விடுங்கள். திமிறினால் பிணமாக்கிவிடுங்கள். தப்பில்லை. ஆனால் ஒரேயொரு வேண்டுகோள்...'

பேச்சை நிறுத்தினார் அலெக்சாண்டர். உத்தரவிடும் உரிமை கொண்ட மன்னர் வேண்டுகோள் விடுக்கிறாரே என்று ஆச்சரியப்பட்டார்கள் வீரர்கள்.

'கவிஞர்கள், படைப்பாளிகள், இலக்கிய அறிஞர்களை விட்டுவிடுங்கள். குறிப்பாக பிண்டார் என்கிற கவிஞர் வாழ்ந்த இல்லத்தை ஒன்றும் செய்து விடவேண்டாம். அவர் மாபெரும் படைப்பாளி. அந்த இசைப்புலவரின் பாடல்கள் அத்தனையும் இனிமையின் பிரவாகம். அவருக்கு மரியாதை கொடுக்க வேண்டியது நம்முடைய கடமை. ஆகவே, அதைத் தவிர்த்து மற்ற பகுதிகள் அனைத்தையும் நிர்மூலமாக்கிவிடுங்கள்.'

அலெக்சாண்டரின் உத்தரவு அப்படியே நிறைவேற்றப்பட்டது. படைப் பாளியாகப் பிறந்திருந்ததால் டெமாஸ்தனிஸின் உயிரும் தப்பியது.

வெற்றிக்களிப்புடன் தீபு நாட்டில் இருந்து மாசிடோனியா புறப்பட்டன அலெக்சாண்டரின் படைகள்.

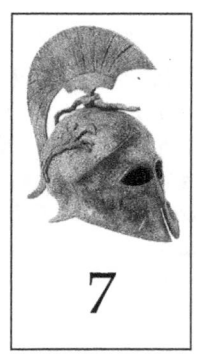

7

சென்றதில்லையா? வென்றதில்லையா?

'**சி**ன்னச்சின்ன வெற்றிகள் எல்லாம் அவ்வப்போது வந்துபோகும் விஷயங்கள். கலைந்து போகும் மேகங்கள். என்னுடைய இலக்கு இதுவல்ல. தீபு வெற்றி. மேடி வெற்றி. ஏதென்ஸ் வெற்றி. எல்லாமே என்னுடைய இலக்கை நான் அடைவதற்கு எடுத்துக்கொள்ளும் முன்பயிற்சிகள். சின்னச் சின்னத் தயாரிப்புகள். ஒத்திகைகள். அவ்வளவே.'

'என்னுடைய இலக்கு பெரியது. மிகப்பெரியது. பாரசீகப் பேரரசை முற்றிலுமாக என்னுடைய உள்ளங்கைக்குள் அடக்கிவிட வேண்டும். ஆசியாவை என்னுடைய ஆளுகைக்குள் கொண்டுவரவேண்டும்.'

'ஒவ்வொரு இலக்கும் முக்கியமானது. ஒவ்வொரு நகர்வும் முக்கியமானது. நான் எடுத்து வைக்கும் ஒவ்வொரு அங்குலமும் நங்கூரம் போல உறுதியாக இருக்கவேண்டும். தெளிவாக இருக்கவேண்டும். திட்டங்கள். யுக்திகள். எல்லாம். எல்லாமே.'

அடுத்த இலக்கு, பாரசீகம்.

'படையெடுப்புக்கு நாள் குறிக்க வேண்டும். அரசவை ஜோதிடர்களை அழைத்துவாருங்கள்.'

சிங்காதனத்தில் அமர்ந்திருந்தார் அலெக்சாண்டர். எதிரே அரச ஜோதிடர்கள். நிறைய குறிப்புகள். பஞ்சாங்கங்கள். நாள்குறிப்புகள். சாத்திரக் குறிப்புகள். எல்லாவற்றையும் எடுத்துவைத்துக்கொண்டு பூதக்கண்ணாடி போடாத குறையாக எல்லாவற்றையும் ஆராய்ந்து கொண்டிருந்தார்கள்.

ஒருமணி நேரம். இரண்டு மணிநேரம். சுற்றியிருந்தவர்கள் பொறுமையிழந் திருந்தார்கள். வாய் திறக்கவில்லை ஜோதிடர்கள்.

முக்கியமான விஷயம். அவசரப்படுவதற்கில்லை. அமைதி. நிதானம். யுத்தம் என்பதால் பொறுமையாக இருக்கவேண்டும். அலெக்சாண்டர் காத்துக்கொண்டிருந்தார். ஆகவே அமைச்சர்களும். ஆகவே தளபதிகளும்.

ஜோதிடர்கள் தயங்கித் தயங்கி விஷயத்தைக் கூறினார்கள்.

'டெஸியஸ் மாதம் நடந்துகொண்டிருக்கிறது. இது யுத்தத்துக்குப் பொருத்தமான மாதம் அல்ல. எனவே...'

நெற்றியைச் சுருக்கினார் அலெக்சாண்டர். அதன் அர்த்தத்தைப் புரிந்துகொண்டனர் ஜோதிடர்கள்.

'மாசிடோனிய மன்னர்கள் யாரும் இதற்கு முன்னர் டெஸியஸ் மாதத்தில் போர்க்களம் சென்றதில்லை.'

'சென்றதில்லையா? வென்றதில்லையா?' உறுமலாகக் கேட்டார் அலெக்சாண்டர்.

'சென்றதுமில்லை. வென்றதுமில்லை' பதில் வந்தது ஜோதிடர்களிடமிருந்து.

'முன்னுதாரணம் இல்லை. ஆகவே வேண்டாம். அப்படித்தானே?'

'ஆமாம் மன்னரே. தாங்கள் மன்னிக்க வேண்டும்.'

'இனி நான் செய்வதுதான் முன்னுதாரணம். இந்த டெஸியஸ் மாதத்தை ஆர்மிடிசியஸ் என்று அழைக்க உத்தரவிடுகிறேன். இதே மாதத்தில் போர்க்களம் செல்கிறோம். தயாராகுங்கள்!'

•

அலெக்சாண்டர் பாரசீகப் போருக்குத் தயாராகிவிட்ட செய்தி முறைப்படி அறிவிக்கப்பட்டது. பலரையும் சென்றடைந்தது. அதில் இஸ்த்மஸ் பேரவையும் ஒன்று.

கிரேக்க நாட்டின் அரசியல் வல்லுநர்கள், தத்துவ மேதைகள், போர் விற்பன்னர்கள், அறிவிற் சிறந்தவர்கள் ஆகியோரை உள்ளடக்கிய பேரவை இஸ்த்மஸ். பேரவை உறுப்பினர்கள் திடீரெனக் கூடினார்கள். நிறைய வாதங்கள். அதைவிட அதிகமாகப் பிரதிவாதங்கள். எதிர்ப்புகள். அனுசரணையான பேச்சுகள். எல்லாம். எல்லாம். எதற்காக?

பாரசீகப் படையெடுப்புக்குச் செல்லும் அலெக்சாண்டருக்கு ஆதரவு தெரிவிக்கலாமா? நேசக்கரம் நீட்டலாமா? வேண்டாமா? என்பதை முடிவு செய்வதற்கான ஆலோசனைக் கூட்டம் அது. எல்லாம் முடிந்ததும் சுமுகமாக ஒரு தீர்மானத்தைக் கொண்டுவந்தனர்.

'பாரசீகத்துக்குப் படையெடுத்துச் செல்லும் அலெக்சாண்டருக்கு உதவியாக வீரர்களை அனுப்புகிறோம். அவருக்கு எங்களுடைய தார்மீக ஆதரவு உண்டு.'

அந்தக் கூட்டத்துக்கு, தனக்கு மிகவும் பிடித்த கிரேக்க அறிஞரான டயாக்னிஸ் வருவார் என்று எதிர்பார்த்திருந்தார் அலெக்சாண்டர். தனக்கான ஆதரவைத் தேடாமல் டயாக்னிஸையே அலெக்சாண்டரின் கண்கள் தேடின.

இதோ வருவார், அதோ வருவார் என்று எதிர்பார்த்துக் காத்திருந்தார். கண்கள் பூத்துப்போனதுதான் மிச்சம். வரவில்லை. கடைசிவரை.

அதனால் என்ன? நேராக அவருடைய வீட்டுக்கே சென்று பார்த்துவிடலாமே. நண்பர்களோடு புறப்பட்டார் அலெக்சாண்டர்.

புழுதி படிந்த குக்கிராமத்தில் இருந்தது டயாக்னிஸின் வீடு. வாசலில் இருந்த கட்டிலில் படுத்திருந்தார் டயாக்னிஸ். அசைவுகளை வைத்து யாரோ வருகிறார்கள் என்பது டயாக்னிஸுக்குப் புரிந்துவிட்டது. ஆனாலும் எழுந்திருக்கவில்லை. அப்படியே படுத்திருந்தார். அசைவின்றி படுத்திருந்தார்.

'வணக்கம் ஐயா.'

லேசாகக் கண்களை இடுக்கியபடியே பார்த்தார் டயாக்னிஸ். எழுந்து உட்கார்ந்தார். மரியாதைக்கு ஒரு புன்னகைகூட இல்லை. அலெக்சாண்டர் முகத்தில் எந்தவிதமான சலனமும் இல்லை. ஆனால் அவருடைய நண்பர் களுக்கோ ஆத்திரம் தலைக்கேறத் தொடங்கியது.

'வணக்கம் ஐயா.'

நிமிர்ந்து பார்த்தார் டயாக்னிஸ்.

'ஓ அலெக்சாண்டரா? என்ன விஷயம்?'

'எப்படி இருக்கிறீர்கள். சபைக்கு வருவீர்கள் என்று நினைத்தேன். காத்திருந்தேன்.'

பதில் எதுவும் டயாக்னிஸிடமிருந்து வரவில்லை. அலெக்சாண்டர் தொடர்ந்தார்.

'தங்களுக்கு உதவி தேவைப்பட்டால் உடனே செய்துதரத் தயாராக இருக்கிறேன்.'

'அப்படியா? வெயிலுக்காகவே வெளியில் படுத்திருக்கிறேன். நீ நின்று கொண்டிருப்பதால் வெயில் விழவில்லை. கொஞ்சம் நகர்ந்து கொள்கிறாயா?'

முகத்தில் அடிப்பது போலப் பேசினார் டயாக்னிஸ்.

'என்ன எகத்தாளம் உனக்கு?'

சொல்லிக்கொண்டே டயாக்னிஸை நோக்கி வாளுடன் பாய்ந்தனர் அலெக் சாண்டரின் நண்பர்கள். தன் விழியசைவால் அவர்களின் ஆக்ரோஷத்தை தடுத்து நிறுத்தினார் அலெக்சாண்டர்.

'உங்களை அவமானம் செய்தவனின் தலை இனிமேல் கழுத்தில் இருக்கவே கூடாது.' உடன் வந்தவர்கள் பொறுமினார்கள்.

'கூடாது. டயாக்னிஸைப் போல அறிவில் சிறந்தவர் கிடைப்பது அரிது. எனக்கு மறுஜென்மம் கிடைத்தால் டயாக்னிஸாகவே பிறக்க விரும்பு கிறேன். அவர் என்னிடம் பேசியதே நான் செய்த பாக்கியம். அதைப் பெற்று விட்டேன். வாருங்கள் போகலாம்.'

அலெக்சாண்டரின் நடை வேகத்துக்கு ஈடுகொடுக்க முடியாமல் நண்பர்கள் ஓட்டமும் நடையுமாகச் சென்றனர்.

●

யுத்தத்துக்குப் புறப்படுவதற்கு முன் டெல்பி ஆலயத்துக்குச் சென்று வழிபடுவது மாசிடோனியர்களின் வழக்கம். யுத்தம் என்று இல்லை. எந்தவொரு விஷயத்தைத் தொடங்குவதற்கு முன்னாலும் தெய்வங்களுக்கு வழிபாடு நடத்துவது, பூஜை செய்வது, அபிஷேகம் நடத்துவது எல்லாம் கிரேக்கர்களின் பழக்கம்.

ஒவ்வொரு நாட்டுக்கும் ஒவ்வொரு நகரத்துக்கும் தெய்வங்கள், ஆலயங்கள் இருக்கின்றன. எல்லாவற்றையும்விட டெல்பி ஆலயத்துக்கு அதீத சக்தி இருப்பதாக நம்பப்பட்டது.

அலெக்சாண்டர் தன்னுடைய அமைச்சர்கள், தளபதிகள், நண்பர்கள் புடைசூழ டெல்பி ஆலயத்துக்குச் சென்றார். நுழைவதற்கு முன்னர் வெளியே வைக்கப்பட்டிருந்த தொட்டியில் இருந்த நீரை எடுத்து கை, கால்களைக் கழுவினார். தன் கரங்களாலேயே விளக்கேற்றி வைத்துக் கண்மூடிப் பிரார்த்தனை செய்தார்.

அந்த ஆலயத்தில் குறிசொல்லும் பழக்கம் இருந்தது. எதிர்காலத்தில் என்ன நடக்கும் என்பதைக் கணித்துச் சொல்பவர்கள் நிறைய பேர் ஆலய வாசலில் இருப்பார்கள். அவர்கள் சொன்னால் பலிக்கும் என்பது சிலருடைய நம்பிக்கை. அவர்கள் சொன்னால் மட்டுமே பலிக்கும் என்பது வேறு சிலருடைய நம்பிக்கை.

நிறைய பேர் குறிகேட்டுக்கொண்டிருந்தனர். அவர்களை நோட்ட மிட்டபடியே புறப்பட்டார் அலெக்சாண்டர்.

அடுத்ததாக அப்போலோ தெய்வம். கிரேக்கர்கள் மதிக்கும் தெய்வங்களுள் முக்கியமானது. மாசிடோனியர்கள், தெஸ்ஸாலியர்கள் போன்ற எல்லா வேறுபாடுகளையும் சட்டையைப் போல கழற்றிவைத்துவிட்டு, ஒன்றாகச் சென்று வணங்கக்கூடிய தெய்வம். வெற்றியை வாரி வழங்கும் தெய்வம்.

வழிபாடுகள் முடிந்தன. பூஜை முடிந்தது. படைகளைத் தயார் செய்வது மட்டும்தான் பாக்கி.

●

'மேன்மை பொருந்திய வீரர்களே, மிகப்பெரிய போருக்குத் தயாராகிறோம். அதற்குமுன்னர் உங்களுடைய குடும்பச்சூழல் பற்றித் தெரிந்துகொள்ள ஆவலாக இருக்கிறேன்.'

அலெக்சாண்டர் சட்டென்று பேச்சை நிறுத்தினார்.

வீரர்கள் மத்தியில் லேசான பரபரப்பு. காதோடு வாய் பொருத்திக் குசுகுசு வெனப் பேசினார்கள். சிலர் கண்களாலேயே பேசிக்கொண்டார்கள்.

மன்னர் பிலிப் கடைப்பிடித்திராத அணுகுமுறை. விவேகமான அணுகு முறை. வீரர்களுக்குக் கொஞ்சம் குழப்பம். கொஞ்சம் மகிழ்ச்சி. சில நொடிகள் நிதானத்துக்குப் பிறகு அலெக்சாண்டர் பேச்சைத் தொடர்ந்தார்.

'உங்களில் பலர் வறுமையில் வாடுவதாகக் கேள்விப்பட்டேன். அவற்றைப் போக்குவதுதான் முதல்வேலை. அடுத்ததுதான் யுத்தம். வெற்றி. நாடு. எல்லாமே!'

சொன்னதோடு நிறுத்திக்கொள்ளாமல் வறுமையின் வடிவத்துக்கு ஏற்ப உதவி செய்ய உத்தரவிட்டார். நிதி தேவைப்பட்டவர்களுக்கு நிதி. பொருள் தேவைப்பட்டவர்களுக்குப் பொருள். சொத்து கேட்டவர்களுக்குச் சொத்து. உணவு இல்லாதவர்களுக்கு உணவு. வீரர்களுக்கு உற்சாகம் தொற்றிக் கொண்டது.

அலெக்சாண்டரின் புரட்சிகரமான அணுகுமுறை நாடு முழுக்கப் பரவியது. இதுபோன்ற விஷயங்கள் காற்றைவிட வேகமாகப் பரவிவிடும். காற்றில் கலந்த செய்தி பெர்டிகாஸின் காதுகளையும் அடைந்தது. பெர்டிகாஸ்? அலெக்சாண்டரின் நண்பர்.

'என்ன ஆயிற்று இந்த அலெக்சாண்டருக்கு? எவ்வளவு விவேகமானவன். ஏன் இப்படியெல்லாம் செய்கிறான்? உத்தரவுகளைப் பிறப்பித்து அவர்களை வழிநடத்தாமல் பொன்னும் பொருளும் கொடுத்து எதற்காக வீரர்களைக் குஷிப்படுத்தவேண்டும்? அந்த அளவுக்குப் பணத்தாசை பிடித்துவிட்டதா மாசிடோனிய வீரர்களுக்கு?'

நிறைய கேள்விகள். உடனடியாகத் தடுத்து நிறுத்தவேண்டும். மாசிடோனியாவுக்கு விரைந்தார் பெர்டிகாஸ்.

•

'வா வா, எப்படி இருக்கிறாய் பெர்டிகாஸ்?'

'என்னை விடு. நான் ஒரு விஷயத்தைக் கேட்பதற்காக வந்தேன்.'

'நிதானமாகக் கேட்கலாம் பெர்டிகாஸ்.'

'ஆமாம், உன்னுடைய சொத்துகளை எல்லாம் பிரித்து வீரர்களுக்கு வழங்குவ தாகக் கேள்விப்பட்டேனே?'

'பாதி மெய். பாதி பொய்?'

‘புரியவில்லை.’

‘என்னுடைய சொத்துகளை அல்ல. அரசாங்கச் சொத்துகளைத்தான் வழங்குகிறேன். இதிலென்ன குழப்பம் உனக்கு?’

‘குழப்பம் உனக்குத்தான். இருப்பதை எல்லாம் எல்லோருக்கும் வழங்கி விட்டால் உனக்கென்று என்னதான் மிஞ்சும்?’

‘என்னிடம் நிறைய மிஞ்சி இருக்கிறது. கவலைப்படாதே பெர்டிகாஸ்.’

‘என்ன இருக்கிறது சொல்?’

‘நம்பிக்கை.’

●

‘இன்று நான் நம்முடைய படைவீரர்களைச் சந்திக்க வேண்டும். ஏற்பாடு செய்யுங்கள். உடனே.’

விறுவிறுவென களத்தில் இறங்கினார் தலைமைத் தளபதி பார்மீனியோ. குதிரைப்படை, காலாட்படை எல்லாம் தயாராக நிறுத்திவைக்கப்பட்டிருந் தன. அலெக்சாண்டர் பார்வையிடுவதற்கு வசதியாக. எல்லோரையும் வழிநடத்தும் வகையில் படைகளின் முன்னால் நெஞ்சை நிமிர்த்தி நின்று கொண்டிருந்தார் பார்மீனியோ.

குதிரை வீரர்கள் இருவர் பார்மீனியோவை நோக்கிவந்தனர்.

‘இன்னும் ஓரிரு நிமிடங்களில் மன்னர் வந்துவிடுவார்.’

‘நல்லது.’

●

நிலம் அதிர்வது போன்ற ஓசை. என்னவென்று திரும்பிப் பார்த்தார் பார்மீனியோ. கூப்பிடு தூரத்தில் அலெக்சாண்டர் தன்னுடைய பியூசிபேலஸ் குதிரையில் ஏறி வேகமாகப் படைகளை நோக்கி வந்துகொண்டிருந்தார்.

‘மன்னருக்கு வணக்கம். தாங்கள் நேரில் வந்து வீரர்களைப் பார்வையிட முடிவுசெய்ததற்கு நன்றி.’

‘படைகள் தயாரா? ஒருமுறை பார்த்துவிடலாமா?’

‘ஓ, தாராளமாக. அதற்காகத்தானே காத்துக்கொண்டிருக்கிறோம்.’

முதலில் அலெக்சாண்டர் குதிரைப்படைகளைப் பார்வையிட்டார். அவர் கண்களால் பார்வையிடட்டும். நாம் வார்த்தைகளால் பார்வையிடலாம், அலெக்சாண்டரின் ஒவ்வொரு படைப்பிரிவாக.

அலெக்சாண்டரின் படையிலிருந்த குதிரைகள் அத்தனையும் மிகப்பெரிய யுத்தங்களை சந்தித்தவை. கொள்ளைக் காட்டிலும் அதிகமாக வெற்றியைச்

சாப்பிட்ட குதிரைகள். உண்மையில் அலெக்சாண்டரைவிடக் கூடுதலான யுத்தங்களில் பங்கெடுத்தவை அவை.

அலெக்சாண்டரின் பலம் எது என்று கேட்டால் குதிரைப்படைகள் என்று எதிரிகள்கூட சொல்லிவிடுவார்கள். அந்த அளவுக்கு குதிரைப்படைகளை வைத்து எதிரிகளின் படைகளை சூறையாடியிருக்கிறார். சின்னாபின்ன மாக்கியிருக்கிறார். மன்னர் பிலிப்பின் பலமும் இதுதான். உண்மையில் அவருடைய காலத்தில்தான் குதிரைப்படைக்கு பலம் சேர்க்கப்பட்டது.

சத்தான உணவுகள் குதிரைகளுக்கு வழங்கப்பட்டன. பளபள மேனி. பளிங்கு போன்ற கற்கள். தேவதைகளுக்கு இருக்கும் கூந்தலைப்போன்ற வால். தேக்கு மரத்தைப் போன்ற உறுதிமிக்க கால்கள். கூர்பாய்ச்சப்பட்ட கத்தி போல குளம்புகள்.

அலெக்சாண்டருக்கு பலம் குதிரைகள் என்றால், குதிரையின் பலம் அதன் கால்களிலும் குளம்புகளிலும்தான். பக்குவமாக லாடம் அடித்து, குதிரைகளை எப்போதும் யுத்தத்துக்குத் தயாராகவே வைத்திருந்தார்கள்.

குதிரைகளைப் போருக்குத் தயார் செய்வதற்காக நிறைய மெனக்கிட்டார்கள். கூட்டத்தைப் பார்த்து மிரளக்கூடாது என்பதுதான் குதிரைகளுக்கு வழங்கப் பட்ட முதல் பயிற்சி. இதற்காக ஜனத்திரளுக்கு இடையே, ஆயுதமேந்திய வீரர்களுக்கு இடையே என்று வெவ்வேறு சூழ்நிலைகளில் குதிரைகளுக்குப் பயிற்சி தரப்பட்டன.

மழை, வெயில் என்று எல்லாவிதமான இயற்கை நிகழ்வுகளுக்கும் பொருந்தும் வகையில் அத்தனைப் பயிற்சிகளும் அளிக்கப்பட்டன.

யுத்தக்களத்தில் எப்போது குதிரை நடக்க வேண்டும், எப்போது ஓட வேண்டும், எந்த சமயத்தில் பாய வேண்டும், எந்த சமயத்தில் எகிற வேண்டும் என்பதெல்லாம் அட்சரம் பிசகாமல் சொல்லித்தரப்பட்டன.

எல்லாமே நிறைய கால அவகாசமும் பொருளும் தேவைப்படும் சங்கதிகள். ஆனால் மாசிடோனிய அரசில் செலவு, காலம் போன்ற சங்கதிகள் எல்லாம் ஒரு பிரச்னையாகவே இருக்கவில்லை.

உள்நாட்டில் இருந்து மட்டுமல்ல, அக்கம் பக்கத்து தேசங்களில் இருந்தும் கூட குதிரைகள் இறக்குமதி செய்யப்பட்டு, பயிற்சி கொடுக்கப்பட்டன. குதிரைகளுக்கான பயிற்சிக்காலம் முடிந்ததும் யுத்தக்களத்துக்கு அனுப்பிவைக்கப்பட்டன.

குதிரைகள் சரி. அவற்றின் மேல் நெஞ்சு நிமிர்த்தி அமரும் வீரர்கள்? உண்மையில் அவற்றைத் திறம்பட இயக்குவதில் குதிரைவீரர்களின் பங்கு முக்கியமானது. குதிரைகளை அவர்கள் இயக்குவார்கள். அவர்களை படைத் தளபதி இயக்குவார். குதிரைப்படைக்கு மாத்திரம் வீரர்களைத் தேர்வு செய்வதில் சில கெடுபிடிகள் கடைப்பிடிக்கப்பட்டன.

மண்ணின் மைந்தர்களுக்கு அதிக முன்னுரிமை தரப்பட்டது. மாசிடோனியாவைப் பூர்விகமாகக் கொண்டவர்களா என்பதைப் பார்த்து தேர்வு செய்தார்கள். அதன்பிறகுதான் திறமை இருக்கிறதா? இல்லையா என்பதையெல்லாம் பரிசோதித்தார்கள்.

திறமை சற்றேறக்குறைய இருந்தாலும் பயிற்சி கொடுத்து அவர்களை மேம்படுத்திக் கொள்ள அரசரிடம் இருந்து சிறப்பு உத்தரவு பிறப்பிக்கப்பட்டிருந்தது. மன்னர் பிலிப்பின் காலத்தில் இருந்தே இந்த நடைமுறை அமலில் இருந்தது.

குதிரைப்படையில் ஹெட்டைரோய் (Hetairoi) என்கிற அந்தஸ்து கிடைத்தால் அது கௌரவமான விஷயம். வீரர்களின் திறமைகள், சாதனைகள், அனுபவம் ஆகியவற்றை வைத்தே இந்த அங்கீகாரம் வழங்கப்படும்.

வெறும் அறுநூறு குதிரைப்படை வீரர்களை மட்டுமே கொண்டிருந்த மாசிடோனியப்படை, மன்னர் பிலிப்பின் காலத்தில்தான் மூவாயிரமாக உயர்த்தப்பட்டது.

அடிக்கடி வரும் யுத்தங்கள், களப்பலிகள் ஆகியவற்றால் குதிரைப்படைகளுக்கு கூடுதலாக ஆள்கள் தேவைப்பட்டன. அதனால் பூர்வீக மாசிடோனியர்களைத் தாண்டி தெஸ்ஸாலியர்கள் மற்றும் இதர கிரேக்கப் பகுதிகளில் இருந்து வீரர்களைத் தேர்வு செய்யத் தொடங்கினர். இந்த நடைமுறை அலெக்சாண்டர் காலத்தில்தான் அறிமுகம் செய்யப்பட்டது.

குதிரை வீரர்களுக்கு வழங்கப்படும் வாள், ஈட்டி, தலைக்கவசம், உடற்கவசம், மார்புக்கவசம், காலனி எல்லாமே தகுதிக்கேற்ற வகையில்தான் வழங்கப்பட்டன.

சிறப்புத் தகுதி கொண்டவர்களுக்கு உலோகத்தால் ஆன தலைக்கவசம். மற்றவர்களுக்கு இரும்பு அல்லது வெண்கலத்தால் ஆன கவசங்கள். மார்புக்கவசமும் அப்படித்தான். சிறப்புத்தகுதி பெற்றவர்களுக்கு வலுவான மார்புக்கவசம். சிலருக்கு மட்டும் உலோகத்தால் ஆன அங்கி வழங்கப்பட்டது.

வாள் என்பது வழக்கமாக எல்லோரும் பயன்படுத்தும் ஆயுதம். அந்த வாளின் ஒரு முனை கூர்மையாக இருக்கும். இன்னொரு முனை கைப்பிடியோடு இணைக்கப்பட்டிருக்கும். பளபளவென பட்டை தீட்டப்பட்டிருக்கும் அந்த வாளை வீசினால் எதிரியின் தலை கண்ணிமைக்கும் நேரத்தில் தரையில் விழுந்துவிடும். அதைக் கையாள்வதற்கென்றே சிறப்புப்பயிற்சிகள் வழங்கப்பட்டன.

குதிரைவீரர்கள் பயன்படுத்துவதற்கென்றே பைக் (Pike) என்கிற ஆயுதம் அறிமுகம் செய்யப்பட்டிருந்தது. நீண்ட ஈட்டியின் கழுத்துப் பகுதியில் கோடாரியையும் இணைத்தால் எப்படி இருக்குமோ, அதுதான் பைக். சிலசமயங்களில் வெறும் ஈட்டியையும் பயன்படுத்தினர். ஆனால் அவை எடை குறைந்தவை.

அடுத்து காலாட்படை.

எண்ணிக்கை அளவில் மிகப்பெரிய படை இதுதான். அத்தனை பேரும் மிகச்சிறந்த வீரர்கள். இவர்களைத் தேர்வு செய்வது, பயிற்சி அளிப்பது எல்லாமே தினசரி நடவடிக்கைகளாக நடைபெறக்கூடியவை. உடல்பலம். வாள்வீசும் திறன். ஈட்டியெறியும் திறன். எல்லாமே நீண்டகால அடிப் படையில் அவர்களுக்குப் பயிற்சி தரப்பட்டு, யுத்தக்களங்களுக்கு அனுப்பப்பட்டார்கள்.

பெஸடைரோய் (pezhetairoi) என்பது காலாட்படையில் தரப்படும் உயரிய அந்தஸ்து. காலாட்படை வீரர்களை மாத்திரம் ஒட்டுமொத்தமாக யுத்தக் களத்துக்கு அனுப்பிவிட மாட்டார்கள். கொஞ்சம் கொஞ்சமாக. நிலை மையின் வீரியத்துக்கு ஏற்றபடி அனுப்புவார்கள். காலாட்படையில் பயன் படுத்தப்படும் யுக்திகளுள் இதுவும் ஒன்று.

பிரத்யேகப் பயிற்சிகள் எல்லாமே கடுமையானவை. யுத்தம் தொடங்கும் போது எப்படி இயங்கவேண்டும்? எதிரிகள் பலத்தோடு இருக்கும்போது எப்படி இயங்க வேண்டும்? பலவீனமாக இருந்தால் அதை சாதகமாக்கிக் கொள்ள என்ன செய்யவேண்டும்? இப்படி போர் யுக்திகள் ஒவ்வொன்றும் அவர்களுக்குச் சொல்லித்தரப்பட்டன.

காலாட்படை வீரர்கள் கண்டிப்பாக தலை மற்றும் உடற்கவசங்கள் அணிந்து கொள்ள வேண்டும். கோடை காலங்களில் அந்த உடற்கவசத்தை அணி வதற்குச் சிரமமாக இருக்கும். சிலர் அதைப் பொருட்படுத்தாமல் அணிந்து கொள்வார்கள். சிலர் இடையூறாக இருப்பதாகக் கருதி அவற்றை அணியாமல் தவிர்த்துவிடுவார்கள்.

இதைத் தெரிந்துகொண்ட அலெக்சாண்டர், கோடைக்காலத்திலும் அணிந்து கொள்வதற்கு வசதியாக உடற்கவசங்களைத் தயார் செய்ய உத்தர விட்டிருந்தார்.

அலெக்சாண்டரின் படையில் முக்கியமான அங்கம் தெஸ்ஸாலிய குதிரைப் படை. மாசிடோனிய மன்னர்தான் அவர்களுடைய ராணுவ தலைவர். பெரும்பாலும் யுத்தக்களத்தில் இடது புறத்தில் இருக்கும் குதிரைப்படை தெஸ்ஸாலியப் படைகளாகத்தான் இருப்பது வழக்கம்.

கிரீக் மெர்சினரிஸ் என்பதும் முக்கியமான நேசப்படைகளுள் ஒன்று. இவர்களுடைய பங்கு பெரும்பாலும் காலாட்படையில்தான் இருந்தது. மாசிடோனிய மன்னர்கள் கைப்பற்றிய நாடுகளில் இருந்து இந்த நேசப் படைக்கு வந்து பணியாற்ற விரும்புகிறவர்கள் இந்தப் படையில் இணைத்துக்கொள்ளப்படுவார்கள்.

எதிரி நாட்டைச் சேர்ந்தவர்கள்தான். ஆனாலும் நேசப்படையில் தங்களை இணைத்துக்கொண்ட அடுத்த நொடியில் இருந்து மனத்தளவில் மாசி டோனியர்களாக மாறிவிடுவார்கள். அவர்களுள் ஒருவராகவே யுத்தங்களில்

பங்கேற்பார்கள். மாசிடோனியாவுக்கும் மாசிடோனிய மன்னருக்கும் விசுவாசமாகவே நடந்துகொள்வார்கள்.

அலெக்சாண்டரின் படையில் உத்தரவைப் பிறப்பிக்கும் அதிகார வட்டம் என்றைக்குமே குறுகலாக இருந்ததில்லை.

'நீ இதைப் பார்த்துக்கொள். அவன் அதைப் பார்த்துக் கொள்ளட்டும். இவன் இதைப் பார்த்துக்கொள்ளட்டும். உங்கள் அனைவரையும் நான் பார்த்துக் கொள்கிறேன்.' இதுதான் அலெக்சாண்டரின் பாணி.

தெளிவான திட்டம். திட்டமிட்ட காய்நகர்த்தல்கள். இதுதான். வெற்றியின் தாரக மந்திரம் இதுதான். உத்தரவைப் பிறப்பிக்கும் நபர்களின் வரிசையில் முதல் இடம் மன்னர் அலெக்சாண்டருக்கு. அவருக்கு அடுத்த இடம் தளபதி பார்மீனியோவுக்கு.

மாகாண அளவில், மாவட்ட அளவில், நகர அளவில் என்றெல்லாம் அதிகார வட்டம் பரவியிருந்தது. சகல அதிகாரங்களும் கொண்டவர் அலெக்சாண்டர் மட்டும்தான். ஆனாலும் அவர் சர்வாதிகாரியாக இருக்கவில்லை.

மூத்தவர்களை மதித்தார். தொழுதார். ஆலோசனைகள் தேவைப்படும்போது கேட்டார். அவர்களாகக் கொடுக்கும்போது பிடித்தால் ஏற்றுக்கொண்டார். மறுதலித்துப் பேசவும் இல்லை. மண்டியிடவும் இல்லை.

யுத்தங்கள் எப்பொழுது? எங்கே? எப்படி? என்பதெல்லாம் இவர்கள் எடுக்கின்ற முடிவுகள்தான். பெரும்பாலும் ரகசியமாகவே அவை வைக்கப் பட்டன. என்ன செய்ய வேண்டும் என்பது பார்மீனியோவுக்குத் தெரிந்து விடும். அதை வைத்து வீரர்களுக்கு வெறும் உத்தரவை மட்டும் அவ்வப் போது வழங்கிக்கொண்டிருப்பார்.

அப்படி என்ன உத்தரவுகள் வந்து சேரும்?

வீரர்கள் அடுத்து என்ன செய்ய வேண்டும்? எங்கு செல்ல வேண்டும்? எப்படித் தயாராக வேண்டும்? எப்பொழுது போரை நிறுத்த வேண்டும்? எங்கு குழும வேண்டும்? என்பதற்கான உத்தரவுகள்தான் பெரும்பாலும்.

தகவல் தொடர்பில் அப்படியொரு நேர்த்தி. அதற்கேற்ற அதிகாரக் கட்டமைப்பு. யுத்தம் நெருங்கும் சமயத்தில் மட்டும் எல்லா வீரர்களும் ஓரிடத்துக்கு அழைக்கப்படுவார்கள். அவர்களுக்கு முறைப்படித் தகவல் கொடுக்கப்படும். இதுதான் திட்டம். அதுதான் யுக்தி. இவையெல்லாம்தான் அணுகுமுறைகள்.

'சொன்னதை மட்டும் செய்யுங்கள். கவனம். சொன்னதை மட்டுமே கண்டிப் பாகச் செய்யுங்கள். மற்ற விஷயங்களை நான் பார்த்துக்கொள்கிறேன். விஷயங்கள் எதுவும் உங்களைத் தாண்டி ஒரு அங்குலம்கூட நகர்ந்து விடக்கூடாது.'

களத்தில் இருக்கும் வீரர்கள் முக்கியம். அவர்களுடைய வீரம் முக்கியம். செயல் முக்கியம். ஆனால் அவர்கள் மாத்திரமே முக்கியம் கிடையாது. அவர்களை முறைப்படி இயக்கச் செய்வதற்குத் தேவை தகவல்கள். தகவல் கசிவு என்கிற வார்த்தையே அவர்களுடைய ராணுவ அகராதியில் கிடையாது.

அலெக்சாண்டருக்கு மற்ற எல்லா விஷயங்களைக் காட்டிலும் தகவல்தான் பிரதானமான விஷயம். நல்ல தகவல். அதுவும் நம்பகமான தகவல் கிடைத்தால் போதும். மனிதர் குஷியாகிவிடுவார். தகவல் கொடுத்த வீரர் நிச்சயம் பூர்வ ஜென்மப் புண்ணியம் செய்தவராக உருமாறிவிடுவார். பரிசுகள். சொத்துகள். பணம். அந்தஸ்து. எல்லாம் கிடைக்கும்.

'தன்னுடைய பலத்தை மாத்திரம் நம்பிக் களத்தில் இறங்குவதைவிட எதிரியை, எதிரியின் பலத்தை, முக்கியமாக பலவீனத்தை, எதிரிகளின் ஆதரவு வட்டத்தை, எதிரிகளின் எதிரிகள் வட்டத்தை என்று எதிரிக்குத் தொடர்புடைய அத்தனை விஷயங்களும் இருந்தால் சுலபமாக வியூகம் அமைக்கலாம். வித்தை காட்டலாம். வெற்றி அடையலாம்.'

அலெக்சாண்டரின் முக்கியமான அணுகுமுறைகளுள் இதுவும் ஒன்று.

எதிரி பற்றிய தகவல்களை எப்படிச் சேகரிப்பது? அதற்கு மூன்றெழுத்து நல்ல வார்த்தை ஒன்று உண்டு. உளவு.

எதிரியின் கோட்டையில் இருந்து கொட்டடி வரை சென்று ரகசியமாகத் தகவல் திரட்டித் தருவதற்கென்று வல்லமை பொருந்திய உளவுப்படை அலெக்சாண்டர் வசம் இருந்தது. 'வெட்டி வா!' என்றால் வெட்டி, கட்டிக் கொண்டு வரக்கூடிய சாமர்த்தியசாலிகள்.

உளவு வீரரின் பணி எப்படி இருக்க வேண்டும் தெரியுமா? பருந்து போல எதிரியின் தலைக்கு மேலே பறந்து உளவு பார்க்க வேண்டும். அது சரிதானா என்பதை ஊர்ஜிதம் செய்துகொள்ள மண்புழு போல அவதாரம் எடுக்க வேண்டும். அவர்களோடு ஊர்ந்து பழக வேண்டும். அவர்களோடுதான் சுவாசிக்க வேண்டும். எல்லாம் அவர்களுடன்.

துளியும் சந்தேகம் வராமல் செய்யவேண்டும். அதில்தான் திறமை இருக்கிறது. அதுதான் சூட்சுமம். அலெக்சாண்டரின் ஒவ்வொரு வார்த்தையும் வீரர்களை அப்படியே மெய்சிலிர்க்க வைக்கும். தன்னுடைய உளவுப் படையில் அலெக்சாண்டர் சேர்த்துக்கொண்ட அத்தனை பேருமே பருந்தாகப் பறக்கக்கூடியவர்கள். மண்புழுவாக ஊர்ந்து செல்லக்கூடியவர்கள்.

சில சமயங்களில் அலெக்சாண்டரே நேரடியாக உளவு வீரர்களைத் தொடர்பு கொண்டு தேவைப்பட்டியலை அளிப்பார். தகவல்களைப் பெற்றுக்கொள்வார். அவர்களிடம் யாரைப் பற்றிக் கேட்டாலும் தகவல்கள் கிடைக்கும்.

தேவைப்பட்டால் அலெக்சாண்டரைப் பற்றி பார்மீனியோவும் தெரிந்து கொள்ள முடியும். பார்மீனியோவின் நடவடிக்கைகளை ரகசியமாக அலெக்

சாண்டர் தெரிந்து கொள்ளமுடியும். எல்லோருமே நம்பிக்கைக்குரிய நபர்கள். செயல்வீரர்களும்கூட.

அலெக்சாண்டரின் படையில் இன்னொரு வித்தியாசமான சங்கதி இருந்தது. ராணுவப் பயிற்சிகள் எதையும் அறிந்திராத சில நபர்கள் தளபதிகளாக நியமனம் செய்யப்பட்டிருந்தார்கள்.

ஏன்? மூளைக்கு வேலை என்ற அடிப்படையில் மட்டுமே அவர்களுக்கு அந்த அங்கீகாரம். சுருக்கமாகச் சொன்னால் அவர்கள் எல்லாம் நல்ல மேய்ப் பர்கள். வீரர்களிடம் எப்படி வேலைவாங்குவது என்கிற வித்தை தெரிந்த ஆசாமிகளுக்கு இந்த வாய்ப்புகள் கிடைக்கும்.

சில சமயங்களில் அலெக்சாண்டரின் நம்பிக்கைக்குப் பாத்திரமானவர்கள், தலைமைப் பண்புகள் நிறைந்த உறவினர்கள் போன்றோருக்கும் இந்த வாய்ப்புகள் வழங்கப்பட்டன. ஆனால் அவர்களில் யாரும் சோடை போனதில்லை என்பது வரலாறு.

பல மொழிகளைப் பேசுபவர்கள் படைகளில் இருந்ததால் உத்தரவுகள் எல்லாம் பெரும்பாலும் கிரேக்க மொழியிலேயே வழங்கப்பட்டன. இதனால் வீரர்கள் ஒவ்வொருவரும் கிரேக்க மொழியைத் தெரிந்து வைத் திருக்கவேண்டும் என்பது கட்டாயம். அப்படித் தெரியாதவர்களுக்கு உரிய மொழிப்பயிற்சி அளிக்கப்பட்டது.

யுத்த சமயங்களில் எப்படி நகர வேண்டும்? யாரைக் தாக்கவேண்டும்? என்ப தெல்லாம் வாய்மொழி உத்தரவுகளாக மட்டுமே இருக்கக்கூடாது என்பதில் அலெக்சாண்டர் தெளிவாக இருந்தார். இதற்கென பிரத்யேக சமிக்ஞைகள் உருவாக்கப்பட்டன.

இடையிடையே சத்தம் எழுப்புவது, இசைக்கருவிகளைக் கொண்டு ஓசை எழுப்புவது, கைகளைத் தட்டுவது, கால்களைத் தரையோடு உராயச்செய்து ஓசை எழுப்புவது, ஈட்டிகளை ஒன்றோடொன்று உரசி ஓசை எழுப்புவது எல்லாமே சில உத்தரவுகளைப் புரிந்துகொள்வதற்கு உதவியாக இருந்தன.

யுத்தம் நடந்து கொண்டிருக்கும் சமயத்தில் இருக்கின்ற நிலைமையைப் பொறுத்து அவ்வப்போது சின்னச்சின்ன முடிவுகளை எடுக்க வேண்டியிருக்கும். அதற்கு ஆங்கிலத்தில் Tactics என்று பெயர்.

இதை வீரர்களுக்கு முறைப்படித் தெரிவிப்பது அவசியம். இல்லை யென்றால் விபரீத விளைவுகள் ஏற்பட்டுவிடும். ஆகவே, இந்த பிரத்யேக சமிக்ஞைகள் உருவாக்கப்பட்டு பயன்படுத்தப்பட்டன.

நீண்ட குழலை உடைய ட்ரம்பெட்டும் அந்த சமிக்ஞை சத்தத்தை ஏற்படுத்தும் கருவிகளுள் ஒன்று. அதை வாசிப்பவர் வெற்று மார்புடன், கீழாடை மட்டும் அணிந்திருப்பார். தலையில் விநோதமான வெண்கலக் கவசத்தை அணிந்திருப்பார்.

பார்மீனியோவின் உத்தரவு வெளியான அடுத்த கணம், இந்தக் குழலில் இருந்து பலத்த ஓசை எழுப்பப்படும். அப்போதுதான் படையின் கடைசி வரிசையில் இருக்கும் வீரர்களுக்கும் காதில் விழும் என்பதால் இந்த ஏற்பாடு.

அதன்பிறகே வீரர்கள் எதிரிகளை நோக்கி தாக்குதலைத் தொடர்வார்கள். இப்போது பார்மீனியோவின் உதட்டசைவுக்காகக் காத்துக்கொண்டிருப்பார் அந்த ஊதுகுழல் வீரர்.

அணிவகுத்து நின்ற எல்லா வீரர்களையும் ஒருமுறை பார்த்தார் அலெக்சாண்டர்.

‘என் அன்புக்குரிய வீரர்களே. நீங்கள் எல்லாம் உற்சாகமாக இருக்க வேண்டும். நம்முடைய இலக்குகள் கொஞ்சம் உயரமாகத் தோன்றலாம். முதலில் அப்படித்தான் தோன்றும். ஆனால் கொஞ்சம் உன்னிப்பாகக் கவனித்துப் பாருங்கள். உண்மை புரியும். மலை போன்று தெரியும் இலக்கு மண் மேடு போலத் மாறும். நீங்கள்தான் அதை சாதிக்கப்போகிறீர்கள். உங்களால் மட்டுமே அத்தனையும் சாத்தியம். தயாராக இருங்கள்.’

வீரர்களுக்குத் தன்னம்பிக்கையை ஊட்டும் விதமாகப் பேசிவிட்டுப் புறப்பட்டார் அலெக்சாண்டர். அவருடைய குதிரை ஓடும்போது முன்பைக் காட்டிலும் வேகமாக நிலம் அதிர்ந்தது.

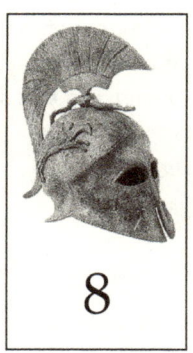

8

கலங்க வைத்த கிரானிகஸ் யுத்தம்

படையைத் திரட்டிக்கொண்டு பாரசீகத்துக்குப் புறப்பட்டுவிட்டால் இங்கே மாசிடோனியாவை யார் காப்பாற்றுவது? எதிரிகள் உள்ளே நுழைந்தால் எவ்வளவு அவமானமாகிவிடும்? அலெக்சாண்டர் யோசித்தார்.

சொந்த நாட்டுக்கு ஒரு பாதுகாப்பை ஏற்படுத்த வேண்டும். வெளியூரை வளைக்கப் போகும்போது, உள்ளூர் கொள்ளை போய்விடக்கூடாது. அதற்கு சரியான பாதுகாவலரை நியமிக்க வேண்டும்.

'மன்னர் பிலிப் பைஸாண்டியப் போரில் கலந்துகொண்டபோது மாசிடோனியாவில் நான் இருந்து நாட்டைப் பாதுகாத்தது போல தற்போது இன்னொரு தலைவன் தேவை' என்று மூளையைக் கசக்கிக் கொண்டிருந்தார் அலெக்சாண்டர்.

'கூப்பிடுங்கள் ஆண்டிபேட்டரை.'

அலெக்சாண்டரிடம் இருந்து அதிர்ந்து வெளியே வந்தது குரல்.

ஓட்டமும் நடையுமாக வந்து நின்றார் ஆண்டிபேட்டர். இவர் மாசிடோனியப் படையில் முக்கியமான தளபதி. திறமையாளர். தேர்ந்த நிர்வாகி. பிலிப்பின் நம்பிக்கைக்குரியவர். பழுத்த அனுபவஸ்தர். கை சுத்தமானவர். எல்லாமே பிலிப் அவ்வப்போது சொல்லிவந்த தகவல்கள்தான். இப்போது சரியான தருணத்தில் அலெக்சாண்டரின் நினைவுக்கு வந்தன.

'அன்புமிக்க ஆண்டிபேட்டர், உங்களிடம் பன்னிரண்டாயிரம் வீரர்களை ஒப்படைக்கிறேன். ஆயிரத்தைநூறு குதிரைப்படைகளும் உண்டு. அவற்றை வைத்துக்கொண்டு மாசிடோனியாவைப் பொறுப்புடன் பார்த்துக் கொள்ளவேண்டும். நான் ஆசியாவைக் கைப்பற்றப் புறப்படுகிறேன்.

எதிரிகளை அழித்து மாசிடோனியாவைக் காப்பது மட்டும் உங்களுடைய பணி அல்ல. புதிய எதிரிகள் உருவாகாமல் பார்த்துக்கொள்வதும்கூட உங்கள் பணிதான். மாசிடோனிய மக்களுக்கு எந்தவிதமான குறையும் இல்லாமல் பார்த்துக்கொள்ள வேண்டும். இதைச் செய்யுங்கள். இதை மட்டும் செய்யுங்கள். அது போதும்.'

●

மாலை விலகி, இருள் எட்டிப்பார்த்துக் கொண்டிருந்த நேரம் அது.

அலெக்சாண்டர் தன்னுடைய அமைச்சர்கள் மற்றும் தளபதிகளை அழைத்தார். விரைவில் மாசிடோனியாவுக்கு விடைகொடுத்துவிட்டுப் புறப்பட இருக்கிறோம். அதற்குமுன்னர் ஒரு உரையாடலை வைத்துக்கொண்டால் நன்றாக இருக்கும் என்று அலெக்சாண்டர் சொன்னதால், அதற்கான ஏற்பாடுகள் செய்யப்பட்டன.

வெறுமனே பேச்சுக் கச்சேரியாக அல்லாமல் ஒரு விருந்துக்கு ஏற்பாடு செய்தால் நன்றாக இருக்குமே என்று அலெக்சாண்டர் விரும்பினார். விருந்து தொடங்கியது.

தொண்டையைக் கனைத்துக்கொண்டு பேசத் தொடங்கினார் அலெக்சாண்டர்.

'அன்புமிக்க வீரர்களே. தளபதிகளே. அமைச்சர்களே. ஒரு விஷயத்தைத் தெளிவுபடுத்த விரும்புகிறேன். வெறுமனே நாடு பிடிக்கும் ஆசையோடு நான் படையெடுப்பில் ஈடுபடவில்லை. நம்முடைய நாகரிகத்தை, கலாசாரத்தை, பெருமைகளை அந்தந்த நாடுகளில் சென்று விதைக்க விரும்பு கிறேன். அதேபோல நான் செல்கிற நாடுகளின் பழக்க வழக்கங்கள், அருமை பெருமைகள் எல்லாவற்றையும் உள்வாங்கி, அதை நம்முடைய தேசத்துக்கு அனுப்பிவைக்கவும் விரும்புகிறேன். இதன்மூலம் உலகம் ஒன்றுபடும். அதேபோல என்னுடைய படையெடுப்பின்போது வெறும் வாள்வீசும் வீரர்களை, குதிரை செலுத்தும் வீரர்களை மாத்திரம் நான் அழைத்துச் செல்லப் போவதில்லை'

பேச்சை நிறுத்தினார் அலெக்சாண்டர். அருகில் இருந்த பழரசத்தை எடுத்து வாயில் கொஞ்சம் வாயில் ஊற்றித் தொண்டையை நனைத்துக் கொண்டார்.

'போர்வீரனாக, நாட்டின் அரசனாக மட்டும் அல்லாமல் கலாசாரத் தூதுவனாகவும் செல்லவேண்டும் என்பது என்னுடைய விருப்பமாக இருப்ப தால் வீரர்களோடு வரலாற்று ஆய்வாளர்கள், புவியியல் வல்லுநர்கள், அரசியல் விற்பன்னர்கள், விஞ்ஞானிகள், எழுத்தாளர்கள், படைப்பாளிகள், இலக்கியவாதிகள், புலவர்கள், புள்ளியியல் நிபுணர்கள், ஓவியர்கள், தளவரையாளர்கள்(சர்வேயர்கள்) என்று சகல தரப்பினரையும் அழைத்துச் செல்வதற்கு முடிவு செய்திருக்கிறேன். அவர்களைத் தேடிச் சென்று,

விஷயத்தைச் சொல்லி, சம்மதிக்க வைத்து, அழைத்து வரவேண்டியது உங்களுடைய கடமை.'

சொல்லிமுடித்தார் அலெக்சாண்டர். அதற்கான ஏற்பாடுகள் விறுவிறுவென நடக்கத் தொடங்கின. சகல துறைகளின் சான்றோர்களும் அலெக்சாண்டர் முன் அழைத்துவரப்பட்டனர். வந்தவர்களுக்கு ஏராளமான பரிசுகளைக் கொடுத்து சந்தோஷப்படுத்தினார். சான்றோர்களின் குடும்பத்தினருக்குத் தேவையான அத்தனை உதவிகளையும் செய்து தருவதற்கு ஆண்டிபேட்டருக்கு உத்தரவு பிறப்பித்தார்.

ஆசியப் பயணத்தைத் தொடங்கியபோது அலெக்சாண்டரின் படையில் முப்பதாயிரம் காலாட்படை வீரர்கள். ஐயாயிரத்து நூறு குதிரைப்படை வீரர்கள் இருந்தார்கள்.

கி.மு. 334. மே மாதம்.

பலம் பொருந்திய குதிரைப்படை முன்னால் நின்று கொண்டிருந்தது. அதன் இருமருங்கிலும் காலாட்படையின் இருபிரிவுகள். பருந்துப் பார்வையில் பார்த்தால் சதுரங்கக்காய்கள் போன்று நிறுத்திவைக்கப்பட்டிருந்த ஈட்டிகள் மட்டுமே தெரியும். காலாட்படை வீரர்களின் முதல் பிரிவினரின் கரங்களில் வாளும் கேடயமும். இன்னொரு பிரிவினரின் கரங்களில் ஈட்டிகள்.

வாளும் கேடயமும் வைத்திருக்கும் காலாட்படை வீரர்கள் பெரும்பாலும் இடது கரத்தில் கேடயத்தைப் பிடித்திருந்தனர். வலது கரத்தை வாள் ஆக்ரமித்திருந்தது. ஈட்டி ஏந்திய வீரர்கள் ஒரு கரத்தில் மட்டுமே அதைப் பிடித்திருந்தனர். இன்னொரு கரம் அதைச் செலுத்துவதற்கு ஈட்டிகளை முதலில் செங்குத்தாகவே பிடித்திருந்தார்கள்.

சில வீரர்களுக்கு உயரமான ஈட்டிகள். சிலருக்குக் குத்தீட்டிகள். ஆள்களைப் பொறுத்து. திறமையைப் பொறுத்து. குதிரைவீரர்களின் ஒருகையில் குதிரையின் கடிவாளத்திலிருந்து வரும் சாட்டை. இன்னொரு கரத்தில் நீளமான பளபளக்கும் வாள்.

படைகளைக் குதிரையில் இருந்தபடியே அங்கும் இங்கும் பார்த்தார் அலெக்சாண்டர். படைத்தளபதி பார்மீனியோவை நோக்கினார். அடுத்த நிமிடம் படைகளுக்கு பூஜை ஆரம்பமானது. சில நிமிடங்கள் கடவுளுக்காக. நம்பிக்கைக்காக.

பிரார்த்தனை முடிந்ததும் தலையசைத்தார் அலெக்சாண்டர். குரல் கொடுத்தார் பார்மீனியோ. படைகள் பயங்கர சத்தத்துடன் புறப்பட்டன. முதலில் அலெக்சாண்டர். அவருக்குப் பின்னால் பார்மீனியோ. அவருக்குப் பின்னால் மற்ற எல்லோரும்.

வழியனுப்பி வைத்தவர்களுக்கு சில நொடிகளுக்கு எதுவுமே தெரியவில்லை. அவ்வளவு புழுதி.

ஹெல்லஸ்பாண்ட் நதிக்கரையை நோக்கி விரைந்து கொண்டிருந்தன படைகள். Sea Of Helle என்ற பெயரைக் கொண்ட நதியின் நீளம் சுமார் 65 கி.மீ. தென்கிழக்கு திசையில் ஆசியா. வடகிழக்கு திசையில் ஐரோப்பா. இன்னும் புரியும்படி சொல்லவேண்டும் என்றால் ஒருகரையில் மாசிடோனியா. மறுகரையில் பாரசீகம். நடுவே எந்தவிதக் குறுக்கீடும் இன்றிப் பாய்ந்து கொண்டிருந்தது ஹெல்லஸ்பாண்ட்.

ஓர் இடத்தில் யுத்தம் செய்யப்போகிறோம் என்று முடிவு செய்துவிட்டால் அதன் பூகோள அமைப்பை முற்றிலுமாகத் தெரிந்துகொண்டுவிடுவார் அலெக்சாண்டர். அப்படியே அவருடைய மனத்தில் அது பதிவாகிவிடும். ஒரு தெரு, ஒரு மலை, ஓர் ஆறு, ஒரு குட்டை, ஒரு கடல் என்று எதையுமே விட்டுவிட மாட்டார். இதுதான் யுத்தத்தைச் செயல்படுத்த சிறந்த வழியாக இருக்கும் என்பது அலெக்சாண்டரின் கருத்து. அதற்கான முயற்சியில் புத்தகங்களை எடுத்து வாசித்துக் கொண்டிருந்தார்.

பாரசீகத்துக்குள் அடியெடுத்து வைக்க வேண்டும் என்றால் முதலில் ஹெல்லஸ்பாண்டைக் கடந்தாக வேண்டும். அதற்கான சுலபமான வழியைக் காட்டினார் தளபதி பார்மீனியோ.

காற்றின் வேகத்துக்கு ஈடுகொடுத்து சென்று கொண்டிருந்தது நதி. இருந்தாலும் அதை லாகவமாகக் கடக்கும் அளவுக்கு திறமை வாய்ந்த தளபதி பார்மீனியோ இருந்ததால் நதியின் வேகத்தை வீரர்கள் பொருட்படுத்தவில்லை. ஒருவர் பின் ஒருவராகக் கடந்தனர்.

அடுத்தது கிரேனிகஸ் ஆற்றைக் கடக்க வேண்டும். ஆனால் அது அத்தனை சுலபமில்லை. அலெக்சாண்டர் தன் பரிவாரங்களுடன் வந்து கொண்டிருக்கிறார் என்கிற விஷயம் தெரிந்ததுமே தன்னுடைய படையை கிரேனிகஸ் ஆற்றங்கரையில் குவித்து வைத்திருந்தார் பாரசீகப் பேரரசர் மூன்றாம் டேரியஸ்.

அலெக்சாண்டர் வீரர்களிடம் சொன்னார்:

'கிரேனிகஸ் ஆற்றங்கரையில் நாம் சந்திக்க இருப்பவர் அசுரபலம் படைத்தவர். நம்முடைய படைகளைக் காட்டிலும் அவருடையது அளவில் அபரிமிதமானது. ஆற்றைக் கடக்கவும் வேண்டும். ஆபத்தும் அதிகம்தான். உயிருக்கே உலை வைக்கக்கூடிய விஷயம்தான். ஆனாலும் ஆபத்து இல்லாமல் எந்தச் சாதனையையும் நிகழ்த்த முடியாது. ஆற்றைக் கடப்போம். அப்போதுதான் மூன்றாம் டேரியஸுடன் யுத்தம் செய்ய முடியும். அவரை வென்றால்தான் அடுத்தடுத்து முன்னேற முடியும். இலக்குகள் நிறைய இருக்கின்றன. வாருங்கள். உத்வேகத்துடன் செல்வோம். உலகையே வெல்வோம்.'

'மாமன்னர் அலெக்சாண்டர் வாழ்க!'

வாழ்த்து கோஷத்தின் அர்த்தம் 'அலெக்சாண்டரின் கட்டளையை ஏற்றுக் கொண்டோம்' என்பதுதான். ஆனாலும் வீரர்களுக்கு உள்ளுக்குள் ஒரு நடுக்கம்.

ஆற்றின் வேகம். நடுங்கும் குளிர். அடர்ந்த இருள். எல்லாமே ஆற்றைக்கடப்பதற்கு முரணான விஷயங்கள். தயங்கினார்கள். வீரர்களின் அச்சத்தைப் புரிந்துகொண்டார் பார்மீனியோ. அனுபவஸ்தர். நேராக அலெக்சாண்டரிடம் சென்றார்.

'இருள்சூழ்ந்த நிலையில் ஆற்றைக் கடப்பது புத்திசாலித்தனமான விஷயம் அல்ல. ஆபத்தை விளைவிக்கும் சங்கதி. நம்முடைய வீரர்களும் அப்படித்தான் நினைக்கிறார்கள். எனக்கு அனுபவம் தந்த பாடமும் அதுதான். அமைதியாக ஓய்வெடுப்போம். விடிந்ததும் ஆற்றைக் கடக்கலாம்.'

பார்மீனியோ பேசப்பேச நெருப்பில் பட்ட ரப்பர் போல சுருங்கிக்கொண்டே போனது அலெக்சாண்டரின் முகம்.

'பயமா? மாசிடோனிய வீரர்களுக்குப் பயமா? அதுவும் இருளைக் கண்டு? ஒன்றைச் சொல்கிறேன். பயப்படும் வீரர்களிடம் போய் அதைச் சொல்லுங்கள். எப்போதுமே எதிரிகளின் எண்ணிக்கையைப் பார்த்து மிரளக் கூடாது. பிரமிக்கக்கூடாது. தேவையற்ற அச்சம், நடுக்கம் கூடவே கூடாது. அப்படிச் செய்தால் உங்களுக்கு இருக்கும் தன்னம்பிக்கையின் அளவு, தைரியத்தின் வீரியம் உங்களையும் மீறிக் குறையத் தொடங்கிவிடும். எவ்வளவு பெரிய படையாக இருந்தாலும் அதற்கென்று ஒரு பலவீனம் இருக்கும். எதிர்பாராத நேரத்தில் எதிர்பாராத வேகத்தில் பலவீனமான இடத்தில் தாக்கினால் எதிரி நிலைகுலைந்துவிடுவார். நீங்கள் சொல்வதைக் கேட்டால் எனக்கு நகைப்பாக இருக்கிறது. ஹா... ஹா...

அலெக்சாண்டருடைய சிரிப்பு பார்மீனியோவுக்கு ஆத்திரத்தை ஏற்படுத்தியது.

'என்னைப் பார்த்து கெக்கெலி கொட்டத் தேவையில்லை அலெக்சாண்டர். ஆபத்தை உணர்ந்தேன். சொல்வது கடமை. சொல்லிவிட்டேன். இனி உன் பாடு. உன் படைகள் பாடு.'

'நான் இருக்கும்போது உயிர்பயம் தேவையில்லை. நான் வழிநடத்துகிறேன். வாருங்கள். புறப்படலாம்.'

சொல்லிவிட்டு முன்னோக்கி நகர்ந்த அலெக்சாண்டர் குதிரையோடு ஆற்றில் இறங்கினார். மன்னன் எவ்வழியோ, வீரர்களும் அவ்வழி. ஒருவர் பின் ஒருவராக அலெக்சாண்டரைப் பின்தொடர்ந்தனர். பார்மீனியாவும்தான். அப்போதைக்கு வேறு வழியில்லை.

மாசிடோனிய வீரர்கள் ஆற்றைக் கடக்கத் தொடங்கியதை அசைவுகள் மூலம் உணர்ந்த டேரியஸின் படை அவர்களை நோக்கி அம்புகளைத் தொடுத்தது. சரமாரியாக. குறிபார்த்து அடிப்பது சாத்தியமில்லை. கும்மிருட்டு. கண்ணுக்கெட்டிய தூரம் வரை ஒன்றுமே புலப்படவில்லை.

இத்தனை அடி தூரத்தில் வந்து கொண்டிருப்பார்கள். அதற்கு இவ்வளவு வேகத்தில் அம்புகளை செலுத்தினால் அவர்களைத் தாக்கும் என்று

மனத்துக்குள் ஒரு கணக்கு போட்டுக் கொண்டு அம்புகளை செலுத்தினார்கள்.

சில அம்புகள் வீரர்களைத் தாக்கின. குதிரைகளும் தப்பவில்லை. ஆனால் பெரிதாக எந்தவித இழப்பும் இல்லை. இருள் மறைவதற்குள் ஒட்டுமொத்த மாசிடோனியப்படையும் கரையைக் கடந்தது.

'நல்லவேளை, இரவு நேரத்தில் வந்தோம். இல்லாவிட்டால் தாக்குதல் இன்னும் மோசமாக இருந்திருக்கும்.'

வீரர்களில் ஒருவர் உரத்த குரலில் சொல்ல, பார்மீனியோவுக்கு சுருக்கென்று கோபம் வந்துவிட்டது. திரும்பி அலெக்சாண்டரைப் பார்த்தார். அவரும் இவரையே நோக்கிக் கொண்டிருந்தார். பரஸ்பரம் மானசீகமாக முறைத்துக் கொண்டார்கள்.

அது மன்னர் அலெக்சாண்டருக்கும் தளபதி பார்மீனியோவுக்கும் இடையேயான விழுந்த முதல் மோதல்.

பேசிக்கொண்டிருக்கும்போதே கண்களை உரசியபடி சென்று மண்ணில் செருகிக்கொண்டு நின்றது. என்னவாக இருக்கும்? பார்வையைக் கூர்மையாக்கிப் பார்த்தார். குத்தீட்டி.

அலெக்சாண்டரைக் குறிவைத்துதான் வீசப்பட்டதா அல்லது வெறுமனே வீசப்பட்டதா? ஆராய்ச்சி செய்துகொண்டிருக்க இது நேரம் இல்லை. விரைந்து செயல்பட்டாக வேண்டும். உயிர் முக்கியம். வெற்றி முக்கியம். இலக்குகள், அதைவிட முக்கியம்.

கண்ணிமைக்கும் நேரத்தில் பாரசீகப் படைகளுக்கும் மாசிடோனியப் படைகளுக்கும் இடையே மோதல் மூண்டது. பாரசீகப் படையினரின் எண்ணிக்கை மிரள வைப்பதாக இருந்தது. சுமார் பத்தாயிரம் ஈட்டிவீரர்கள். ஐயாயிரம் குத்தீட்டி வீரர்கள். பத்தாயிரம் குதிரை வீரர்கள். இத்தனை பெரிய படையின் தாக்குதலை எதிர்கொள்வது அத்தனை சுலபமானதாகத் தெரியவில்லை.

'இப்போதைக்குக் கொஞ்சம் பதுங்கலாம். தவறில்லை. யுத்தத்தில் இதுவும்கூட ஒரு நுணுக்கம்தான். தாக்குதல் எதுவும் வேண்டாம். ஆனால் தற்காப்பு அவசியம். அதைச் செய்துகொள்ளுங்கள். இடைப்பட்ட நேரத்தில் உங்களுடைய கண்களுக்கும் மூளைக்கும் நிறைய வேலை கொடுங்கள். எதிரிகளின் வியூகத்தை நன்றாகப் பாருங்கள். உற்றுப் பாருங்கள். உள்வாங்கிக் கொள்ளுங்கள். பதிலடி கொடுக்கத் தயாராகிக் கொள்ளுங்கள். பிறகு தாக்குங்கள். எதிரிகளின் வியூகங்கள் தவிடு பொடியாகிவிடும்.'

அலெக்சாண்டரின் ஒவ்வொரு வார்த்தையிலும் பாதுகாப்பும் இருந்தது. வியூகமும் இருந்தது. வெற்றி பெற வைக்கின்ற வித்தைகளும் அதற்குள் புதைந்திருந்தன. முதலில் அடிவாங்குவது போல அமைதியாக இருந்தனர்

மாசிடோனிய வீரர்கள். வியூகம் புரிபட்டுப்போனது. எதிரிகள் எங்கு பலவீனமாக இருக்கிறார்கள் என்று பார்த்தார்கள்.

இடது புறத்தில் செயல்பட்ட காலாட்படை அவ்வளவு பலமாக இல்லை. இதுதான் சமயம். செலுத்துங்கள் படையை. உத்தரவிட்டார் பார்மீனியோ. சீறிப்பாய்ந்தன படைகள். உடைந்தது வியூகம். வாள்கள் ஒன்றோடொன்று உரசும் சத்தம் அந்த இடத்தையே மிரட்டிக் கொண்டிருந்தது. எங்கு பார்த்தாலும் ரத்தம். சதை. எலும்பு.

மாசிடோனிய வீரர்கள் கண்களில் அப்படியொரு மூர்க்கம். தாக்குதலிலும் தான். அதிர்ச்சியாக இருந்தது டேரியசின் வீரர்களுக்கு. ஒவ்வொரு வீரரும் தனிப்படை போல வீறுகொண்டு போரிட்டனர். யுத்தம் உச்சக்கட்டத்தை நோக்கிப் போய்க்கொண்டு இருந்தது.

அலெக்சாண்டர் வெறும் உத்தரவுகளை மட்டும் பிறப்பித்துவிட்டு ஓரமாக நின்று வேடிக்கை பார்க்கும் தலைவர் அல்ல. களத்தில் குதித்து உழைப்பைச் செலுத்தக்கூடியவர். வீரத்தை வெளிப்படுத்தக்கூடியவர்.

ஊக்கத்துடன் வாளைச் சுழற்றிக் கொண்டிருந்தார் அலெக்சாண்டர். வீச்சில் சிக்கும் அத்தனைத் தலைகளும் அடுத்த நொடி மண்ணை அப்பிக்கொண்டன. மண் செம்மண்ணாக மாறிக்கொண்டிருந்தது.

அலெக்சாண்டர் களத்தில் இறங்கிப் போரிடக்கூடியவன் என்பது பாரசீகப் படைகளுக்கு நன்றாகவே தெரியும். மும்முரமாகத் போரிட்டுக் கொண்டிருந்த சமயத்தில் ஸ்பித்ரிடேட்ஸ் (Spithridates) என்கிற பாரசீக வீரன் அலெக்சாண்டரை அடையாளம் கண்டு கொண்டான்.

அலெக்சாண்டர் அவனைக் கவனிக்கவில்லை. போர் மும்முரம். உள்ளுக்குள் நடுக்கம் ஏற்பட்டாலும் சட்டென்று சுதாரித்துக் கொண்டான் ஸ்பித்ரிடேட்ஸ்.

‘பெரிய மீன் மாட்டியிருக்கிறது. அவர் கவனிக்காத பட்சத்தில் அவரைத் தாக்கிக் கொன்றுவிட்டால் மிகப்பெரிய வெற்றி. பாரசீகர்களுக்கு அற்புதமான வெற்றி. எவ்வளவு அற்புதமான வாய்ப்பு. நாம் அதைச் சாதித்துக் கொடுத்தால் எவ்வளவு பெயர். எவ்வளவு புகழ். ஒட்டுமொத்த பாரசீகர்களும் தலையில் தூக்கிவைத்துக் கொண்டாடுவார்கள்.’

வண்ண வண்ணக் கனவுகள் வந்து அவன் கண்முன் நிழலாடின. தலைக்குப் பின்னால் ஒளிவட்டம் உருவானது போன்ற உணர்வு. வாய்ப்பைப் பயன்படுத்திக் கொள்ள வேண்டியதுதான். கையில் இருந்த கோடரியை எடுத்து அலெக்சாண்டரை நோக்கி வீசினான்.

தலை துண்டானது. கண்ணிமைக்கும் நேரத்தில் நடந்துவிட்டது இந்தக் காரியம்.

சத்தம் கேட்டுத் திரும்பிப் பணார்த்தார் அலெக்சாண்டர். அவருக்கு அருகில் நின்றிருந்த வீரன் தரையில். ரத்த வெள்ளத்தில். ஆம். குறி தப்பியிருந்தது.

அதனால் அலெக்சாண்டரும் தப்பியிருந்தார். தூரத்தில் நின்று கொண்டிருந்த கிளைட்டஸ் என்கிற மாசிடோனியத் தளபதி நடப்பதைக் கவனித்து, நொடி கடப்பதற்குள் வாளை வீசினார். ஸ்பித்ரிடேட்சின் தலை, கழுத்தில் இருந்து தரைக்கு இடம் மாறியிருந்தது.

மூர்க்கத்தனமான தாக்குதல் மாசிடோனியப் படையில் இருந்து வெளிப் பட்டது. நிறைய சேதங்கள். உயிர்ப்பலிகள். இரண்டு தரப்புக்கும்தான். ஆனால் பாரசீகப் படைகளுக்குச் சற்று அதிகம். தலைகள் தனியாக, முண்டங்கள் தனியாகக் கிடந்தன.

குடலைப் புரட்டும் ரத்தவாடை. டேரியஸிஸ் படைகள் வலுவிழக்கத் தொடங்கின. சிலர் சரணடைந்தனர். பலர் சுற்றி வளைக்கப்பட்டனர். முந்நூறு வீரர்களைக் களப்பலி மூலம் இழந்திருந்தது மாசிடோனியப்படை.

டேரியஸின் படையில் இரண்டாயிரம் காலாட்படையினர் சரிந்துகிடந்தனர். அத்தனையும் உயிரற்ற உடல்கள். கூடவே குதிரைப்படை வீரர்களும். அவர்கள் பயன்படுத்திய குதிரைகளும் அப்படியே மல்லாந்து கிடந்தன. ஏராளமான வீரர்கள் சிறைப்பிடிக்கப்பட்டிருந்தனர்.

முடிந்துவிட்டது. இதற்கு மேல் செய்வதற்கு எதுவுமில்லை. உயிர் பிழைப்பதே சிக்கல்தான். புரிந்திருந்தது டேரியஸுக்கு. யோசிக்க நேரமில்லை.

உயிரைக் காப்பாற்றியாக வேண்டும். அதற்குத் தப்பித்தாகவேண்டும். யார் கண்ணுக்கும் தெரியாமல். தப்பிவிட்டார் டேரியஸ்.

விஷயம் அலெக்சாண்டருக்கு வந்தது. 'பிடியுங்கள் அந்த டேரியஸை. இங்கிருந்து அவனைத் தப்ப விடக்கூடாது.' உத்தரவிட்டார். அடுத்த கணம் டேரியஸைத் தேடிக்கொண்டு சிட்டாகப் பறந்தன படைகள். நிறைய முயற்சி. நிறைய தேடல். நிறைய உழைப்பு. ஒன்றும் பலன் இல்லை. டேரியஸ் தப்பித்தது தப்பித்ததுதான்.

கிரானிகஸ் யுத்தத்தில் இறுதி வெற்றி அலெக்சாண்டருக்குத்தான். எல்லோருக்கும் சந்தோஷம். பார்மீனியோவின் முகத்தில் வெற்றிப்புன்னகை.

'மாமன்னர் அலெக்சாண்டர் வாழ்க!'

'வெற்றித்தளபதி பார்மீனியோ வாழ்க!'

வாழ்த்துக் கோஷங்கள் விண்ணைப் பிளந்தன.

பெருமிதத்தோடு புறப்பட்டார்.

'என்னுடைய வாழ்க்கையில் மாபெரும் வெற்றி. நெஞ்சுக்கு இனிமையான வெற்றி. தந்தை இருந்திருந்தால் எத்தனை சந்தோஷப்பட்டிருப்பார்.'

அத்தனை சந்தோஷத்திலும் அலெக்சாண்டரின் கண்களில் இருந்து கண்ணீர் எட்டிப் பார்த்தது. மண்டியிட்டு மண்ணுக்கு முத்தமிட்டார். பிலிப்புக்கு அவர் செலுத்திய வெற்றி அஞ்சலி அது.

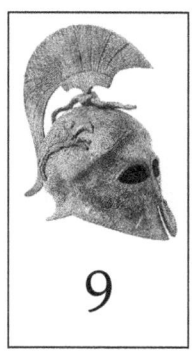

9

முடிச்சுகள் அவிழ்ந்தன

வெற்றிக்களிப்பு முகத்தில் கொப்பளிக்க, தளபதிகள் மற்றும் வீரர்கள் புடைசூழ வந்துகொண்டிருந்தார் அலெக்சாண்டர்.

தூரத்தில் கயிற்றினால் தேர் ஒன்று கட்டப்பட்டிருந்தது கண்ணில் பட்டது. பார்ப்பதற்கு விநோதமாக இருந்தது. தேரை எதற்காகக் கட்டி வைத்திருக்க வேண்டும்? நகர்ந்து சென்று விடுமா? அல்லது யாராவது கவர்ந்து சென்று விடுவார்களா?

உடனடியாக யாரிடமாவது பதில் தெரிந்துகொள்ளும் ஆர்வம். அருகில் இருந்த வீரர்களை அனுப்பி விசாரித்துவிட்டு வர உத்தரவிட்டார் அலெக்சாண்டர். சில நிமிடங்களில் வீரர்கள் அக்கம்பக்கத்தில் இருந்தவர்களிடம் விசாரித்துவிட்டு அலெக்சாண்டரின் முன்னால் வந்து நின்றனர்.

'மன்னரே, அந்த கயிற்று முடிச்சை லாகவமாக எடுத்து தேரை விடுவிப்பவர்களுக்கு உலகை ஆளும் உரிமை வழங்கப்படும் என்பது இங்கிருப்பவர்களின் நம்பிக்கை.'

'அப்படியா? இதோ நான் விடுவிக்கிறேன்.'

குதிரையை விட்டு இறங்கினார். விறுவிறுவென தேருக்கு அருகில் சென்றார். முடிச்சுகளை உன்னிப்பாகக் கவனித்தார்.

எந்த இடத்தில் சிக்கல் இருக்கிறது? எந்த இடத்தில் சூட்சுமம் இருக்கிறது? எந்த இடத்தில் பலவீனமாக இருக்கிறது? எல்லாவற்றையும் பார்த்தார். அவிழ்க்கும் யுக்தி பிடிபட்டது. அடுத்த சில நிமிடங்களில் முடிச்சை அவிழ்த்துவிட்டார்.

உற்சாகமாக இருந்தது அலெக்சாண்டருக்கு.

‘பாரசீக மன்னனின் தோல்வி, நான் அவிழ்த்த இந்த முடிச்சில் இருந்து தொடங்குகிறது.’

●

தப்பிச்சென்ற பாரசீக மன்னர் டேரியஸ் ஓர் இடத்தில் தங்கி தனக்கென்று புதிய படையை உருவாக்கும் முயற்சியில் ஈடுபட்டிருந்தார். அலெக்சாண்டர் சொன்ன வார்த்தைகள் டேரியஸைச் சென்றடைந்தன.

‘அவனுடைய வாய்க்கொழுப்பை அடக்கியே தீரவேண்டும். தயா ராகுங்கள்.’

தனது புதிய படைகளுக்கு உத்தரவிட்டார்.

●

‘பலே, வரட்டும் ஒரு கை பார்த்துவிடலாம்’ - இது சில்சியா என்ற இடத்தில் தங்கியிருந்த அலெக்சாண்டர் சொன்னது. அவருடைய வார்த்தைகள் வீரர்களுக்கு உற்சாக மருந்தாக இருந்தது.

ஆனால் போர்க்களத்துக்குத் தயாராகலாம், வெற்றியைக் குவிக்கலாம் என்று ஆர்வத்துடன் இருந்த வீரர்களை உலுக்கும் விதமாக ஒரு செய்தி வந்தது.

‘மன்னர் அலெக்சாண்டருக்கு உடல்நிலை சரியில்லை.’

துடித்துப் போனார்கள் மாசிடோனிய வீரர்கள்.

‘எங்கே அந்த மருத்துவர்கள்? அழைத்துவாருங்கள் அவர்களை. இதோ இந்த நிமிடம் அவர்கள் இங்கே வந்தாகவேண்டும்.’

கரகரத்த குரலில் உறுமினார் அலெக்சாண்டர்.

மருத்துவர்கள் அழைத்துவரப்பட்டார்கள். குண்டுகட்டாகத் தூக்கிவராத குறைதான். மருந்துகள். சிகிச்சைகள். இத்யாதிகள். வரிசைக் கிரமமாக நடக்கத் தொடங்கின.

நேரம் கூடிக்கொண்டே போனது. உடல்நிலையில் துளி முன்னேற்றம்? ம்ஹூம். இன்னும் மோசமாகி இருந்தது. மருத்துவர்கள் தங்களுக்குத் தெரிந்த அத்தனை சிகிச்சைகளையும் செய்து பார்த்துவிட்டார்கள். எல்லாமே விழலுக்கு இரைத்த நீர்.

ஒருகட்டத்தில் மன்னருக்கு சிகிச்சை அளிக்கவே அச்சம் கொள்ள ஆரம்பித் தார்கள் மருத்துவர்கள். சிகிச்சைகளைக் கொஞ்சம் வேகப்படுத்தி, அதனால் உயிருக்கு ஆபத்தாகிவிட்டால்? தொலைத்துவிடுவார்கள் தொலைத்து.

மருத்துவர்கள் எல்லோரும் பயந்து ஒடுங்கிக் கொண்டிருந்தார்கள். ஒருவரைத் தவிர. அவர் நேராக அமைச்சரிடம் வந்தார்.

‘வணக்கம். என்னுடைய பெயர் பிலிப். நான் ஒரு மருத்துவன். ஒரு விண்ணப்பம்.’

'சொல்லுங்கள்.'

'உடனடியாக மன்னரைச் சந்தித்துப் பேச வேண்டும்.'

நெற்றியைச் சுருக்கினார் அமைச்சர்.

'எதற்காக?'

'அவருக்குச் செய்ய வேண்டிய சிகிச்சை ஒன்றைப்பற்றிப் பேச வேண்டும்.'

வேறு வழியில்லை. எல்லா மருத்துவர்களும் தயங்கும்போது வருகிற வாய்ப்பை எதற்காக வீணடிக்கவேண்டும்? அமைச்சரின் அனுமதி கிடைத்தது.

அறைக்குள் சென்றார் மருத்துவர் பிலிப். மன்னர் அலெக்சாண்டர் அசதியோடு படுத்திருந்தார்.

'வணக்கம் மன்னரே.'

கம்மிய குரலில் பேசிய பிலிப் தன்னை அறிமுகம் செய்துகொண்டார்.

லேசாக கண் விழித்துப் பார்த்த அலெக்சாண்டர், 'சொல்' என்பது போல தலையசைத்தார்.

'என்னிடம் மருந்து ஒன்று இருக்கிறது. அது கொஞ்சம் ஆபத்தானது. ஆனால் உங்களுடைய நோய் குணமாகிவிடும். நிச்சயம். ஆனால்...'

'என்ன ஆனால்?'

'மருந்தைச் சாப்பிட்ட சில நாள்களுக்கு நீங்கள் மயக்க நிலையிலேயே இருக்க வேண்டியிருக்கும். அதன்பிறகுதான் மயக்கம் தெளியும். அதைச் செய்வதற்கு முன்னர் ஒரு முக்கியமான விஷயம் பேச வேண்டும்.'

'தயங்காமல் சொல் பிலிப்.'

'அந்த மருந்தை உங்களிடம் தருவதற்கு முன்னர் அனைவருடைய சம்மதமும் தேவை. முக்கியமாகத் தங்களுடைய சம்மதம் தேவை.'

'சரி, அந்த மருந்தின் பெயர் என்ன?'

'மன்னா. நீங்களே ஒரு மருத்துவர்தான். மருத்துவ மேதை அரிஸ்டாட்டிலிடம் பாடம் பயின்றவர். உங்களுக்குத் தெரியாததல்ல. இருந்தாலும் சொல்கிறேன்.'

சொல்லிவிட்டு அலெக்சாண்டரின் காதில் மருந்தின் பெயரைக் கிசுகிசுத்தார் மருத்துவர் பிலிப்.

அலெக்சாண்டரின் முகத்தில் புன்னகை.

'ம், ஆகட்டும்.'

உற்சாகம் கொப்பளிக்க மருந்து தயாரிக்கும் பணியில் ஈடுபட்டார் பிலிப்.

‘மன்னா, பார்மீனியோவிடம் இருந்து தங்களுக்குக் கடிதம் வந்திருக்கிறது’

‘கொண்டுவா சீக்கிரம்.’

கடிதத்தைப் பிரித்துப் படித்தார் அலெக்சாண்டர்.

‘மருத்துவன் பிலிப் பாரசீக மன்னனின் கையாள். டேரியஸ் கொடுக்கும் வெகுமதிகளுக்காக உங்கள் உயிரை அவனுக்குத் தரப்போகிறான்.’

கடிதத்தில் இருந்த வரிகள் அலெக்சாண்டரை அதிர்ச்சியடைய வைத்தன. இருந்தாலும் அதை அவர் வெளிக்காட்டிக் கொள்ளவில்லை. கடிதத்தைப் பத்திரமாக வைத்தார். அசதியில் தூங்கிவிட்டார்.

•

‘மன்னா, மருந்து தயார்.’

வார்த்தைகளுக்குச் சொந்தமானவர் பிலிப் என்பது தெரிந்து படுக்கையில் இருந்து எழுந்தார் அலெக்சாண்டர். எதிரே பயபக்தியோடு பிலிப். கைகளில் மருந்துக்குடுவை.

சில நொடிகள் அவனது கண்களை உற்றுப்பார்த்த அலெக்சாண்டர், ‘சற்றுப் பொறு’ என்று சைகை காட்டினார்.

அலெக்சாண்டரின் நண்பர்கள் கட்டிலைச் சுற்றி நின்று கொண்டிருந்தார்கள். தன்னுடைய தலையணையின் அடியில் இருந்து ஒரு கடிதத்தை எடுத்தார்.

சுற்றியிருந்தவர்களுக்குப் பார்மீனியோ அனுப்பிய கடிதம்தான் அது என்பது புரிந்துவிட்டது. ஆனால் அதை எதற்காக இப்போது வெளியே எடுக்கவேண்டும்?

காரணம் புரியாமல் அலெக்சாண்டரின் முகத்தைப் பார்த்தார்கள்.

கடிதத்தை வலது கரத்தில் வைத்துக் கொண்டு, பிலிப் கொடுத்த மருந்தை வாங்கிக் கொஞ்சம் கொஞ்சமாகக் குடிக்கத் தொடங்கினார் அலெக்சாண்டர். அதை விழுங்கவே சிரமமாக இருந்தது. குடித்து முடித்ததும் அந்தக் கடிதத்தை பிலிப்பின் கைகளில் திணித்தார்.

முதலில் ஒன்றுமே புரியவில்லை பிலிப்புக்கு.

‘அரசருக்கு வந்த கடிதத்தை நான் ஏன் படிக்க வேண்டும்?’

இருந்தாலும் அரசரே கொடுத்துவிட்டதால், அதனை வாங்கிக்கொண்டு, கொஞ்சம் நகர்ந்து சென்று படித்தார் பிலிப்.

அடுத்தநொடி அவருடைய கண்களில் இருந்து நீர் கொட்டத் தொடங்கியது. துக்கம் தொண்டையை அடைத்தது. சுற்றியிருந்த அனைவருக்கும் ஆச்சரியம். அதிர்ச்சி.

‘அரசே, வீண்பழி சுமத்தப்பட்டிருக்கிறது. நான் என்ன செய்வேன்?’

கதறியடித்துக் கொண்டு அலெக்சாண்டரை நோக்கி ஓடிவந்தார் பிலிப்.

'அமைதி. அமைதி'

'மருந்து கொடுக்க யாருக்குமே திராணியில்லாத சமயத்தில் விலை மதிப் பில்லாத உங்களுடைய உயிரைக் காப்பாற்ற முன்வந்த என் மீது சுமத்தப் பட்டிருக்கும் இந்தக் குற்றச்சாட்டை நான் எப்படி எதிர்கொள்வது அரசே. இது முழுக்க முழுக்க சதி.'

'அவசரப்படாதே பிலிப். உனக்கு நன்றாகவே தெரியும். என்னுடைய தந்தையின் பெயர் பிலிப். அவருடைய பெயரை வைத்திருக்கும் நீ கொடுத்த மருந்தை என்னுடைய தந்தை கொடுத்த மருந்தாகவே நினைத்துக் குடித்தேன். உன் மீது எனக்கு நம்பிக்கை இருக்கிறது. கவலைப்படாதே!'

உடனிருந்தவர்கள் என்ன நடந்ததென்று அலெக்சாண்டரிடம் விசாரித்தனர்.

'விஷயத்தை நேரடியாகச் சொன்னால் பிலிப்புக்கு ஆபத்து. வேறுமாதிரி சொல்ல வேண்டும். அதுதான் பிலிப்பின் உயிருக்குப் பாதுகாப்பாக இருக்கும்.'

இதுதான் அலெக்சாண்டரின் எண்ணம்.

பிலிப்பின் மனத்தை பயம் தின்றுகொண்டிருந்தது.

'நல்ல மருந்தைக் கொடுத்திருக்கிறார் பிலிப். இன்னும் சில மணி நேரங்களில் நான் மூர்ச்சையாகிவிடுவேன். யாரும் பயப்பட வேண்டாம். சில நாள்கள் கழிந்ததும் உடல்நிலை சரியாகிவிடும். அதுவரை யாரும் பிலிப்பைச் சந்தேகப்படக்கூடாது. அவருக்குத் தேவையான உதவிகள் அனைத்தையும் செய்யுங்கள். அவருடைய மகிழ்ச்சிதான் என்னுடைய மகிழ்ச்சி.'

மன்னருடைய வார்த்தைகள் எல்லோரையும் கட்டிப் போட்டன. சொன்ன படியே மூர்ச்சையானார் அலெக்சாண்டர்.

ஒவ்வொரு நாளும் உடலின் முன்னேற்றத்தைக் கண்காணித்துக் கொண்டிருந் தனர் மருத்துவர்கள். வீரர்கள் மன்னருக்காக தங்கள் இஷ்ட தெய்வத்துக்கு கோரிக்கைகள் அனுப்பிக் கொண்டிருந்தனர்.

●

'இன்னும் போருக்குத் தயாராகவில்லையா?'

குரல் கேட்டு அதிர்ந்து போனார்கள் மாசிடோனிய வீரர்கள். அறைக்குள் ஓடிவந்து பார்த்தார்கள். உள்ளே வாளை ஏந்தியபடி நின்று கொண்டிருந்தார் அலெக்சாண்டர்.

'இன்னுமா டேரியஸை உயிரோடு விட்டு வைத்திருக்கிறீர்கள்?'

கர்ஜித்த அலெக்சாண்டருக்குப் பதில் சொல்ல முடியாமல் இன்ப அதிர்ச்சியில் உறைந்து போனார்கள் வீரர்கள்.

'பிலிப்பை வரச் சொல்லுங்கள்.'

அவசரம் அவசரமாக ஓடோடி வந்தார் பிலிப்.

'மிக்க நன்றி பிலிப். நீ சொன்ன வார்த்தைகள்தான் என்னைப் பிழைக்க வைத்தன'

'அலெக்சாண்டர் வாழ்க!' வீரர்களின் கோஷம் ஆரம்பித்தது.

கூடாரத்தை விட்டு வெளியே வந்தார் அலெக்சாண்டர். அவரை உயிரோடு பார்த்த சந்தோஷத்தில் வீரர்கள் ஆர்ப்பரித்தனர்.

'உங்களுடைய அன்புக்கு நன்றி. இதோ. இந்த நிமிடம். இந்த நொடி. நம்முடைய படைகள் பாரசீகத்தை நோக்கி படையெடுக்கட்டும். தயாராகுங்கள்.'

அலெக்சாண்டரின் வார்த்தைகள் வீரர்களின் மனத்தில் உற்சாக வெள்ளத்தைக் கரை புரண்டோடச் செய்தன.

'உங்களுடைய ஆணைக்காகவே காத்திருந்தோம். இதோ புறப்பட்டு விட்டோம்.'

ஒருமித்த குரலில் வந்தது பதில்.

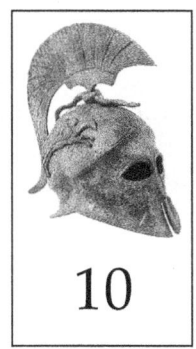

10

இதயம் கவர்ந்த இஸ்ஸஸ் யுத்தம்!

கிரானிகஸ் யுத்தத்தில் அலெக்சாண்டருக்குக் கிடைத்த வெற்றி டேரியஸை ரொம்பவே ஆத்திரம் கொள்ளச் செய்திருந்தது.

'இனிமேலும் அலெக்சாண்டரை விட்டுவைத்தால் நம்முடைய சந்ததி களையே இல்லாமல் செய்துவிடுவான். அதற்குள் நாம் முந்திக்கொள்ள வேண்டும்.'

விறுவிறுவென படைதிரட்டும் முயற்சியில் இறங்கியிருந்தார்.

'அலெக்சாண்டரை எதிர்த்து யுத்தம் செய்ய வேண்டும். பாரசீகர்களாகிய நம்முடைய மானத்தை மீட்டெடுக்கத் தயாராகுங்கள். புறப்படுங்கள். வெற்றி நிச்சயம்.'

இதுதான் டேரியஸ் படைதிரட்டப் பயன்படுத்திய வாசகம். ஆயிரக் கணக்கில் வீரர்கள் வந்து குவியத் தொடங்கினார்கள். எல்லோருமே அந்தந்த நாடுகளில் போர்ப்பயிற்சி பெற்றிருந்தவர்கள். அதனால் அவர்களுக்குப் பிரத்யேகப் பயிற்சிகள் கொடுத்து, யுத்தத்துக்குத் தயார் செய்யும் பெரிய வேலை இல்லாமலிருந்தது.

•

டேரியஸின் முகாம். பரபரப்பின் உச்சத்தில் இருந்தனர் வீரர்கள். டேரியஸூம்தான்.

'நம்மிடம் மாசிடோனிய அடிமை யாரேனும் இருக்கிறார்களா?'

'ஒருவர் இருக்கிறார் மன்னா.'

'அவர் அலெக்சாண்டரைப் பார்த்திருக்கிறாரா என்பதை விசாரியுங்கள்.

உடனே.'

கட்டளை வந்த அடுத்த சில நிமிடங்களில் அந்த மாசிடோனிய அடிமை அழைத்து வரப்பட்டார். அவருடைய பெயர் அமிண்டாஸ்.

'நீ அலெக்சாண்டரைப் பார்த்திருக்கிறாயா?'

'பார்த்திருக்கிறேன் மன்னா.'

'நேரில் பார்த்தால் அடையாளம் சொல்ல முடியுமா?'

'நிச்சயமாக.'

'சரி, அலெக்சாண்டர் தங்கியிருக்கும் சில்ஷியாவை நோக்கி நம்முடைய படைகள் முன்னேறட்டும். கூடவே அமிண்டாஸையும் அழைத்துக் கொள்ளுங்கள்.'

டேரியஸின் படைகள் வரும் விஷயம் அலெக்சாண்டரை எட்டியது. அவரோ உற்சாகமாக இருந்தார்.

'ஹா... ஹா... ஹா... நம்மை எதிர்க்க வருகிறானா டேரியஸ்? வாருங்கள். அதற்கு முன்னர் நாம் சென்று அவனை எதிர்கொள்வோம்.'

●

கி.மு. 333 நவம்பர் மாதத்தில் மல்லுஸ் (Mallus) பகுதியில் அலெக்சாண்டர் இருந்தபோது, பாரசீக மன்னர் டேரியஸ் மீண்டும் தன்னுடைய படைப்பரி வாரங்களுடன் சொச்சி நகரில் (Sochi) முகாமிட்டு இருப்பதாகத் தகவல் கிடைத்தது.

சொச்சி என்பது அஸ்ஸிரியாவுக்கு (Assyria) அருகில் இருக்கும் பகுதி. உடனடியாகத் தனது வீரர்களை அழைத்த அலெக்சாண்டர் டேரியஸ் வந்திருக்கும் செய்தியைப் பகிரங்கமாக அறிவித்தார்.

'கொஞ்சமும் தாமதிக்காமல் எங்களை வழிநடத்துங்கள். போருக்குத் தயாராக இருக்கிறோம்.' கோஷமிட்டனர் மாசிடோனிய வீரர்கள். சட்டென சிவந்தது அலெக்சாண்டரின் முகம்.

'எப்போது போருக்குப் புறப்படவேண்டும் என்கிற உத்தரவை நான் பிறப் பிப்பேன். அதை நீங்கள் யாரும் போதிக்க வேண்டிய அவசியம் இல்லை. நாளைதான் யுத்தம். இன்றைக்கு இல்லை.'

ஆவேசமாகச் சொல்லிவிட்டு ஓய்வெடுக்கச் சென்றுவிட்டார் அலெக் சாண்டர்.

பொழுது விடிந்தது. சூரியன் கீழ்வானத்தில் தங்க நிறத்தில் ஜொலித்துக் கொண்டிருந்தான். ஓடிக்கொண்டிருந்த நதியில் சூரியக்கதிர்கள் பட்டுத் தெறித்து இஸ்ஸஸ் நதியே தங்கக் குழம்பு போல தகதகத்துக் கொண்டிருந்தது.

டேரியஸ் நெருங்கிவிட்ட செய்தி அலெக்சாண்டருக்குத் தெரிவிக்கப்பட்டது. ஆனால் அது நம்பத்தகுந்ததாக இல்லை.

தனக்கு நம்பகமான வீரர்கள் சிலரை அழைத்தார். ஆராயச் சொன்னார். ஆற்றில் இறங்கிச் சென்று நோட்டம் பார்த்தனர் வீரர்கள். தூரத்தில் டேரியஸின் படைகள் ஆவேசமாக வந்துகொண்டிருந்தது கண்ணில் பட்டது. விரைந்து வந்து அலெக்சாண்டரிடம் விஷயத்தைச் சொன்னார்கள்.

உடனடியாக தனது தளபதிகள் அத்தனை பேரையும் அழைத்தார்.

'போருக்குத் தயாராகுங்கள் வீரர்களே. இந்தப் போர் பரிசுத்தமான வீரர்களாகிய நமக்கும், நம்மிடம் ஏற்கெனவே தோற்று ஓடிப்போனவர்களுக்கும் இடையேயானது என்பதை மறந்துவிடாதீர்கள். மறந்தும்கூட தோற்றுவிடக்கூடாது. வெற்றி பிரம்மாண்டமாக இருக்கவேண்டும். எந்த விதத்திலும் நாம் சளைத்தவர்கள் அல்ல என்பதை டேரியஸ் புரிந்துகொள்ள வேண்டும். அதேபோல தான் எந்த விதத்திலும் மேலானவன் அல்ல என்பதையும் டேரியஸ் உணர்ந்துகொள்ள வேண்டும். நம்முடைய தாக்குதல்கள் அந்த அளவுக்கு வீரியம் வாய்ந்ததாக இருக்கவேண்டும்.'

இத்தனைக்கும் அலெக்சாண்டரின் படையில் வீரர்களின் எண்ணிக்கை குறைவாகவே இருந்தது. காரணம், பல வீரர்களுக்கு உடல்நிலை பாதிக்கப்பட்டு இருந்தது. தட்ப வெப்பநிலை அவர்களுக்குத் தோதானதாக இல்லை.

ஆனாலும் வீரர்களை யுத்தத்துக்குத் தயாராகச் சொன்னார் அலெக்சாண்டர். அவரது தன்னம்பிக்கை பொதிந்த வார்த்தைகள் வீரர்களைக் கிளர்ந்தெழச் செய்திருந்தன.

இஸ்ஸஸ் யுத்தம் என்று பொதுவாக அழைக்கப்பட்டாலும்கூட உண்மையில் பினாரஸ் என்கிற நதிக்கரையில்தான் யுத்தம் நடைபெற்றது.

அலெக்சாண்டர் எங்கே சென்று கொண்டிருக்கிறார் என்பதைத் தெரிந்து கொண்ட டேரியஸ், தன்னுடைய படை அலெக்சாண்டரின் படையை எதிர் கொள்வதற்கு வசதியாக, பினாரஸ் நதியின் வடக்குக் கரைக்குத் திருப்பியிருந்தார். இது அலெக்சாண்டருக்குத் தெரியவந்ததும் தனது வீரர்களை அழைத்து அவர்களை உத்வேகப்படுத்தினார்.

அலெக்சாண்டர் தன்னுடைய குதிரைப்படையை வலது புறத்தில் நிறுத்தியிருந்தார். காலாட்படைகளுக்கு இடது புறத்தில் இடமளித்து இருந்தார்.

அதற்குப் பதிலடியாக முப்பதாயிரம் கிரேக்க மெர்சினரிஸை வலது புறத்திலும் அறுபதாயிரம் கர்டேக்ஸ் வீரர்களை இடது புறத்திலும் நிறுத்தியிருந்தார் டேரியஸ். எதற்கும் இருக்கட்டும் என்று இருபதாயிரம் வீரர்களை அலெக்சாண்டர் தனக்கு வலது திசையில் நிறுத்தியிருந்தார்.

பாரசீக மன்னர் டேரியஸ், தன்னுடைய மெய்க்காப்பாளர்கள் புடை சூழ நடுநாயகமாக இருந்தார். முதலில் தன்னுடைய வலிமை மிக்க படையினரை

அலெக்சாண்டரின் படைகளுக்கு இடது புறத்தை நோக்கிச் செலுத்தினார். அதற்குப் பதிலடியாக அலெக்சாண்டரும் தனது குதிரைப்படையைச் செலுத்தினார்.

இருதரப்புக்கும் இடையே கடுமையான மோதல். வேகம். பரபரப்பு. ஆக்ரோஷம். எல்லா உணர்வுகளும் யுத்தக்களத்தில் வெளிப்பட்டன. டேரியஸின் வீரர்கள் மாசிடோனியர்கள் மீது அம்புத் தாக்குதலைத் தொடுத்தனர். இதனால் மாசிடோனியப்படை நிலைகுலைந்து போனது. பதில் தாக்குதல் தொடுக்க முடியாமல் திணறியது.

என்ன செய்வது? சட்டென்று வியூகத்தை மாற்ற விரும்பினார் அலெக்சாண்டர்.

தன்னுடைய வலது பக்கமிருந்த படைகளைப் பாரசீகப் படையின் இடது புறத்தை நோக்கிச் செலுத்தினார். அங்குதான் டேரியஸ் இருந்தார். வியூகத்தை உடைத்துக்கொண்டு உள்ளே நுழைந்தது மாசிடோனியப்படை.

சட்டென்று சுதாரித்த பாரசீகக் குதிரைப்படை திமிறிக்கொண்டு போரிட்டது. ஆனால் அலெக்சாண்டரின் ஈட்டிப்படைகள் நடத்திய ரத்தவெறித் தாக்குதலில் தீர்ந்துப்போனது டேரியஸின் படை. யுத்தம் மெல்ல மெல்ல மாசிடோனியர்களின் கட்டுப்பாட்டுக்குள் வந்து கொண்டிருந்தது.

ஒருகட்டத்தில் டேரியஸின் படை ஆபத்தில் சிக்கிக் கொண்டது. ஒருபக்கம், அபாயகரமான கடல். இன்னொரு பக்கம் மூர்க்கம் நிறைந்த ஆறு. ஒரே இடத்தில் நின்று போர் செய்ய முடியாத நிலை. இதனால் டேரியஸின் படை இரண்டாகப் பிரிந்தது.

'இதைத்தான் நான் எதிர்பார்த்தேன். தாக்குங்கள் டேரியஸின் படைகளை.'

உத்தரவிட்டார் அலெக்சாண்டர். ஈட்டிப்படையும் குதிரைப்படையும் மாத்திரமே தாக்குதலில் இறங்கின. நிலைகுலைந்து போனது டேரியஸின் படை. மூச்சுவிடக்கூட அவகாசமில்லை. தொடர் தாக்குதல்கள் டேரியஸின் வீரர்கள் மண்ணில் சாய்ந்துகொண்டே இருந்தார்கள்.

பாரசீக வீரர்கள் தன் கண் முன்னாலேயே மடிவதைப் பார்த்ததும் டேரியஸுக்கு சர்வ நாடியும் அடங்கிவிட்டது. மீண்டும் உயிருக்குப் பாதுகாப்பற்ற நிலை.

என்ன செய்வது?

பழக்கப்பட்ட காரியம் ஒன்று இருக்கிறது. அதைத்தான் செய்தாக வேண்டும். வேறு வழியில்லை. கொஞ்சம் தாமதித்தாலும் உயிரை விலையாகக் கொடுக்க வேண்டியிருக்கும். அடுத்த நிமிடம் தப்பிக்கும் நடவடிக்கையில் இறங்கினார் டேரியஸ்.

'என்னது? டேரியஸ் மீண்டும் தப்பிவிட்டாரா? கூடாது. தப்பிக்க விடவே கூடாது. பிடியுங்கள் அவரை.'

ஆத்திரம் பொங்கச் சீறினார் அலெக்சாண்டர். குதிரை வீரர்கள் சிலர் டேரியஸ் சென்ற பாதையில் மின்னல் வேகத்தில் பறக்கத் தொடங்கினார்கள். எவ்வளவோ தேடியும் டேரியஸ் கண்களுக்குச் சிக்கவில்லை.

'யுத்தம் செய்வதைக் காட்டிலும் உயிரைக் காப்பாற்றிக் கொள்வதில் தேர்ந்தவனாக இருக்கிறான் டேரியஸ்.' எகத்தாளமாகச் சொன்னார் அலெக்சாண்டர். வீரர்கள் எல்லோரும் சிரித்து மகிழ்ந்தனர். உற்சாகமாக ஓய்வெடுக்கச் சென்றார் அலெக்சாண்டர்.

அறையை நோக்கி வேகமாக வந்துகொண்டிருந்தார் மருத்துவர் பிலிப்.

'மன்னரைச் சந்திக்கவேண்டும்.'

அனுமதி கிடைத்தது.

'வாருங்கள் பிலிப். எப்படி இருக்கிறீர்கள்? என்ன வேண்டும் உங்களுக்கு?'

'அரசே. உங்களுடைய தொடைப்பகுதியில் வாளால் ஏற்பட்ட காயம் ஒன்றைக் கவனித்தேன். அதை உடனடியாகச் சரிசெய்ய வேண்டும்.'

'ஹா... ஹா... ஹா...'

'அரசே! ஏன் சிரிக்கிறீர்கள். தவறாக எதுவும் சொல்லிவிட்டேனா?'

'இல்லை பிலிப். எனக்கு ஒரேயொரு காயம்தான். நம்முடைய வீரர்களோ ஏராளமான காயங்களுடன் இருக்கிறார்கள். அவர்களை முதலில் கவனிப்போம். இறுதியாக என்னை கவனிக்கலாம்.'

வீரர்கள் தங்கியிருந்த கூடாரத்துக்குள் போனார்கள் அவர்கள். உடன் மற்ற மருத்துவர்களும் இவர்களைப் பார்த்ததும் எல்லோரும் எழுந்து நின்றனர்.

'எல்லோரும் படுக்கையில் படுங்கள். உங்கள் உடலில் ஏற்பட்டுள்ள காயங்களுக்கு நம்முடைய மருத்துவர்கள் மருந்தளிக்கப் போகிறார்கள்.'

சொன்ன அடுத்தநொடி எல்லோரும் படுக்கையில் சாய்ந்தனர். மருத்துவர்கள் குழு காரியத்தில் இறங்கியது. அலெக்சாண்டரும் தன் பங்குக்கு மருத்துவப் பணிகளில் ஈடுபட்டார். அரிஸ்டாட்டிலிடம் பெற்ற மருத்துவப் பயிற்சிகள் இப்போது அவருக்கு உதவின.

சிகிச்சைகள் முடிந்ததும் உணவருந்தும் இடத்துக்கு வந்தார் அலெக்சாண்டர். தன்னுடைய தோழர்களோடு சேர்ந்து பேசிக்கொண்டே சாப்பிடுவது அலெக்சாண்டரின் வழக்கம்.

'இன்று நாம் சிறைப்பிடித்தவர்களில் யார் யாரெல்லாம் இருக்கிறார்கள்?'

'நான்கு பேர் முக்கியமானவர்கள் மன்னா.'

'யார் அந்த நால்வர்?'

'டேரியஸின் மனைவி, தாய் மற்றும் மணமாகாத இரண்டு மகள்கள்.'

'அடப்பாவமே... என்ன கொடுமை இது?'

'மன்னா, இன்னொரு முக்கியமான விஷயம்.'

'சீக்கிரமாகச் சொல்.'

'அவர்கள் நால்வரும் மன்னர் டேரியஸ் போரில் இறந்துவிட்டதாகவே நினைத்துக் கொண்டிருக்கிறார்கள்.'

'தவறு. மிகத்தவறு. உடனடியாக உண்மையைச் சொல்லிவிடுங்கள்.'

வீரர்கள் சிலர் அந்த நால்வரிடம் விஷயத்தைத் தெரிவிப்பதற்காகப் புறப்பட்டனர். அலெக்சாண்டருக்கு ஒரு யோசனை. ஏன் வீரர்கள் போய் விஷயத்தைச் சொல்லவேண்டும்? தாமே போய் சொன்னால் அவர்களுக்கு நம்பிக்கையாக இருக்குமே?

'நண்பர்களே, வாருங்கள். நாம் சென்று அந்த நால்வரையும் மரியாதை நிமித்தம் சந்தித்துவிட்டு வரலாம்.'

●

அலெக்சாண்டரைப் பார்த்ததும் எழுந்து நின்றனர் டேரியஸின் குடும்பத்தினர். இதற்கு முன்னர் அவர்கள் யாருமே அலெக்சாண்டரைப் பார்த்ததில்லை. ஆனாலும் அவர் நடந்து வந்த தோரணை, மிடுக்கு எல்லாம் அவரை அலெக்சாண்டர் என்று நிரூபித்தன.

'வணக்கம், டேரியஸ் நலமாக இருக்கிறார். நீங்கள் எல்லோரும் எப்படி இருக்கிறீர்கள்?'

'அவர் உயிரோடு இருக்கிறாரா? எங்கு இருக்கிறார்?' - டேரியஸின் மனைவியின் கண்களில் ஆச்சரியக் கண்ணீர்.

'அதைத்தான் நாங்களும் தேடிக்கொண்டிருக்கிறோம்' அலெக்சாண்டரின் முகத்தில் புன்னகை.

'எங்கள் எதிர்காலம்?' - டேரியஸின் தாய் வருத்தத்தோடு கேட்டாள்.

'கவலையே வேண்டாம். மன்னர் டேரியஸிடம் இருந்தபோது எப்படி வசதியாக வாழ்ந்தீர்களோ அதில் கொஞ்சமும் குறைவில்லாமல் வாழ்வதற்குத் தேவையான எல்லா வசதிகளையும் நான் அளிக்கிறேன்.'

'நன்றி அரசே.'

'தங்களுடைய மகள்களுக்கு எந்தவிதமான பாதுகாப்புக் குறைபாடுகளும் இருக்காது.'

'மிக்க நன்றி அரசே.'

●

வெற்றிக்களிப்பில் இருந்தார் மன்னர் அலெக்சாண்டர். தான் வெற்றி கொண்ட பகுதிகளை எல்லாம் சுற்றிப்பார்க்க விரும்பினார். அதற்கான ஏற்பாடுகள் செய்யப்பட்டன.

'உடனடியாக பாரசீக நாட்டு சாத்திர வல்லுநர்கள், அறிவியல் மேதைகள், வரலாற்று ஆய்வாளர்களை அழைத்து வாருங்கள்.'

உத்தரவு வந்ததும் அதற்கான பணிகள் தொடங்கின. எல்லோரும் வரவழைக்கப்பட்டனர். அவர்களோடு கலந்துரையாடல் நடத்தினார் மன்னர் அலெக்சாண்டர்.

அப்போது கிரேக்க நாகரிகத்தையும் கலாசாரப் பெருமைகளையும் அவர்களுக்கு விரிவாக எடுத்துச் சொன்னார். அவற்றைப் பின்பற்ற வேண்டும் என்றும் கோரிக்கை விடுத்தார். அத்தோடு பாரசீகக் கலாசாரத்தையும் அவர்களிடம் இருந்து தெரிந்துகொள்ள விரும்பினார். பல்வேறு தகவல்களை அவர்களிடம் இருந்து அலெக்சாண்டர் தெரிந்துகொண்டார்.

●

சிறிது ஓய்வுக்குப் பிறகு மீண்டும் போர்க்களம் புகுந்தது மாசிடோனியப் படை. இந்த முறை மற்ற பாரசீக மன்னர்களை எதிர்த்து. தாக்குதல்கள் தீவிரமாக இருந்தன. விளைவு, மேலும் இரண்டு பாரசீக மன்னர்கள் அலெக்சாண்டரிடம் தங்கள் நாடுகளைப் பறிகொடுத்தார்கள்.

ஒரேயொரு மாற்றம். டயர் என்கிற நாட்டின் மன்னர் மட்டும் சரணடையாமல் எதிர்த்து நின்றான். 'உன்னால் ஆனதைப் பார்த்துக்கொள்' என்று சவால் விட்டான். அலெக்சாண்டருக்கு ஆத்திரம் பொங்கியது.

'நம்முடைய படைகள் உடனே சென்று டயர் ராஜ்ஜியத்தைச் சுக்குநூறாக்கட்டும்.'

உத்தரவிட்ட அடுத்தநொடி சிட்டாகப் பறந்தன மாசிடோனியப் படைகள். தாக்குதல் முன்னிலும் வேகமாக நடந்தன. ஒன்றல்ல, இரண்டல்ல, மொத்தம் ஏழு மாதங்கள் நடத்த போர் அது. இறுதியாக டயர் அரசு வீழ்ந்தது.

'வெற்றி. மாமன்னர் அலெக்சாண்டருக்கு வெற்றி.'

●

ருசிகண்ட பூனையாக மாறியிருந்தார் அலெக்சாண்டர். ஆம். வெற்றி என்கிற பால் அவருக்கு ரொம்பவே பிடித்துவிட்டது. அடுத்த குறியை எகிப்து மீது வைத்தார்.

எகிப்தை அலெக்சாண்டர் நெருங்கியபோது அங்கிருந்த மக்கள் எல்லோரும் மகிழ்ச்சியடைந்தனர். பாரசீகர்கள் கொடுத்த அடிமைக் காற்றுக்குப் பதிலாக, அலெக்சாண்டர் தாங்கள் சுவாசிப்பதற்கு சுதந்திரக்காற்றைக் கொண்டு வருவார் என நினைத்தனர்.

பார்த்த மாத்திரத்திலேயே அதைப் புரிந்துகொண்டார் அலெக்சாண்டர். அவர்களுடைய இஷ்ட தெய்வங்களை எல்லாம் பயபக்தியோடு வணங்கினார். அவர்களுடைய கஷ்ட நஷ்டங்களை அமர்ந்து கேட்டார். எல்லாக் கஷ்டங்களில் இருந்தும் அவர்களை விடுவிப்பதாகக்கூறி அனுசரணையாகப் பேசினார். இதனால் எகிப்தியர்களின் நன்மதிப்பையும் நம்பிக்கையையும் ஆதரவையும் சுலபமாகச் சம்பாதித்தார் அலெக்சாண்டர்.

ஒருகட்டத்தில் அவர்கள், தங்களுடைய தலைவராகவே அலெக்சாண்டரை ஏற்றுக்கொண்டனர். ஒரு நல்ல நாளில் எகிப்திய வழக்கப்படி பட்டம் சூட்டும் விழா நடைபெற்றது.

கத்தியின்றி ரத்தமின்றி நாடு கிடைத்த மகிழ்ச்சி அலெக்சாண்டருக்கு. அன்பைச் செலுத்தியும் நாட்டை வெல்ல முடியும் என்பதை அலெக்சாண்டருக்கு உணர்த்தியது எகிப்திய மக்கள்தான்.

தலைநகர் காசாவை மாசிடோனியப்படைகள் கைப்பற்றியபோது ஏராளமான விலையுயர்ந்த பொருள்கள் கிடைத்தன. அதில் முக்கியமானது சாம்பிராணி. அதைப் பார்த்ததும் அலெக்சாண்டருக்கு இளம் வயதில் பாடம் சொல்லிக் கொடுத்த லியோனிடஸ் நினைவுக்கு வந்தார்.

'நீ போரில் ஜெயித்து சாம்பிராணியைக் கொண்டுவந்து தாராளமாகச் செலவு செய்' அவரது வார்த்தைகள் அலெக்சாண்டருக்கு மட்டும் கேட்டது.

உடனடியாக சாம்பிராணியை லியோனிடஸுக்கு அனுப்பி வைக்க உத்தரவிட்டார் அலெக்சாண்டர். சாம்பிராணியைக் கடவுளுக்குத் தாராளமாகப் பயன்படுத்துமாறும் கடிதம் அனுப்பினார்.

தங்கள் புதிய மன்னருக்கு அன்பு செலுத்தும்விதமாக நைல் நதிக்கரையில் ஒரு நகரை நிர்மாணிக்க முடிவு செய்தனர் எகிப்திய மக்கள்.

நகர் நிர்மாணம் என்றால் கிரேக்க நாட்டு சிற்பம், கலாசாரம், கட்டடக்கலை நுணுக்கம் எல்லாம் அதில் பயன்படுத்தப்படும். இதன்மூலம் கிரேக்க நுணுக்கங்கள் அந்த நாட்டில் வித்திடப்படும். அதன்படியே ஒரு நகரம் உருவானது. அதன் பெயர் அலெக்சாண்டிரியா. இன்றைக்கும் பிரபலமாக இருக்கும் அதே அலெக்சாண்டிரியா நகரம்தான்.

பாரசீகம் கிட்டத்தட்ட இப்போது அலெக்சாண்டரின் மடியில். ஆனால் டேரியஸின் கதை முடியவில்லையே.

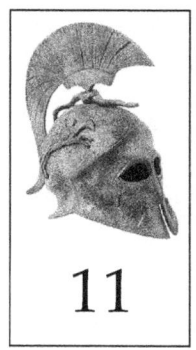

11

கௌகமேலா நாயகன்

'அலெக்சாண்டருக்கு வணக்கம்.

தங்களிடம் நாங்கள் சமாதானத்தையும் நட்பையும் விழைகிறோம். தங்களுடன் நடைபெற்ற போர்களில் ஏராளமான வீரர்கள் சிறைப்பிடிக் கப்பட்டிருக்கிறார்கள்.. அவர்களைத் தாங்கள் உடனடியாக விடுதலை செய்ய வேண்டும் என்பது என்னுடைய ஒரே ஆவல். அதற்கு விலையாக பத்தாயிரம் டேலண்டுகள் பணத்தைத் தருவதற்குத் தயாராக இருக்கிறேன். கூடுதலாக யூப்ரிடஸ் ஆற்றின் இரு மருங்கிலும் உள்ள நாடுகள் அனைத் தையும் தங்களுக்கே தாரை வார்க்கிறேன். மேலும் என்னுடைய மகளைத் தங்களுக்குத் திருமணம் செய்து கொடுக்கவும் தயாராக இருக்கிறேன். தங்கள் பதிலுக்காகக் காத்திருக்கிறேன்.'

டேரியஸ்

பாரசீக மன்னன்'

உடனடியாகப் பதில் எழுதினார் அலெக்சாண்டர்.

டேரியஸ் மன்னருக்கு வணக்கம்.

தாங்கள் என்னை நேரடியாகச் சந்தித்தால், இதுகுறித்து விரிவாகப் பேசத் தயாராக இருக்கிறேன்.'

அலெக்சாண்டர்

மாசிடோனிய மன்னர்

அடுத்த சில நாள்களில் அலெக்சாண்டருக்கு முக்கியமான செய்தி ஒன்று வந்தது.

'சிறைப்பிடித்து வைக்கப்பட்டிருக்கும் டேரியஸின் மனைவி இறந்து விட்டார்.'

'அய்யகோ! கணவர் அருகில் இல்லாத நேரத்தில் அதிலும் எதிரி தேசத்து மன்னரின் கட்டுப்பாட்டில் இருக்கும்போது மரணமா? வாழ்க்கையில் யாருக்கும் இப்படியொரு கொடுமை நடக்கக்கூடாது. டேரியஸின் கௌரவத்துக்கு எந்த வகையிலும் பங்கம் வராமல் அவருடைய மனைவியை அடக்கம் செய்யுங்கள்.'

இறுதிச் சடங்குகள் விமரிசையாக நடந்தன. பாரசீகர்கள் பின்பற்றக்கூடிய அத்தனைச் சடங்குகளும் செய்யப்பட்டு அடக்கம் செய்யப்பட்டார் டேரியஸின் மனைவி.

●

யுத்தம் ஒன்று தொடங்குகிறது என்றால் அதற்கு முன்னர் வீரர்கள் எல்லாம் ஒன்றாகச் சேர்ந்து விளையாடுவார்கள். ஆட்டம். பாட்டம். கொண்டாட்டம். விருந்து. எல்லாம் நடக்கும். முக்கியமாக விளையாட்டு. அதுவும் யுத்த விளையாட்டு.

வீரர்கள் எல்லோரும் இரண்டு அணிகளாகப் பிரிந்து கொள்வார்கள். பிரிவுக்கு ஒரு தளபதி. ஒரு தளபதிக்கு அலெக்சாண்டர் என்ற பெயர் வழங்கப்படும். எந்த நாட்டை எதிர்த்துப் போர் நடைபெற இருக்கிறதோ அந்த மன்னனின் பெயர் இன்னொரு பிரிவின் தளபதிக்கு வைக்கப்படும்.

இரு தரப்பு வீரர்களும் மன்னர் அலெக்சாண்டர் முன்னிலையில் போரிட்டுக் கொள்வார்கள். ஆயுதங்கள் எதையும் பெரிதாகப் பயன்படுத்த மாட்டார்கள். சின்னச் சின்னக் கற்கள். கொம்புகள். இவைதான் ஆயுதங்கள். போட்டிகள் மும்முரமாக நடக்கும். இறுதியில் வெற்றி பெறுபவர்களுக்கு மன்னரே பரிசு வழங்கி கௌரவிப்பார்.

அலெக்சாண்டர் காலத்தில் மட்டும் அல்ல, மன்னர் பிலிப்பின் காலத்திலும் இதுபோன்ற பொய் யுத்தங்கள் நடந்தன. இவற்றில் எல்லாம் அலெக்சாண்டர் என்று பெயரிடப்பட்ட தளபதிக்கே இறுதி வெற்றி கிடைக்கும்.

எவ்வளவு பலமில்லாத அணியாக இருந்தாலும்கூட, தான் தோற்றால் எதிர் வரும் நிஜ யுத்தத்தில் மன்னர் அலெக்சாண்டருக்குத் தோல்வி வருமோ என்று பயப்படுவார்கள். அந்தப் பயமே அவர்களுக்குள் சக்தியைத் திரட்டித் தரும். வெற்றி பெற்றுவிடுவார்கள்.

கி.மு. 331-ல் நடந்த கௌகமேலா யுத்தத்துக்கு முன்னர் இதுபோன்ற பொய்யான யுத்தம் ஒன்று நடந்தது. அதில் அலெக்சாண்டர் என்று பெயரிடப்பட்ட தளபதிதான் வெற்றியை ருசித்தான். அலெக்சாண்டர்

மகிழ்ச்சியில் திளைத்தார். ஜெயித்த தளபதிக்கு நிறைய பரிசுகளை வாரி வழங்கினார்.

இந்த யுத்தத்தை அர்பெலா யுத்தம் (Battle of Arbela) என்றும் சிலர் சொல்வார்கள். இந்தமுறையும் டேரியஸின் படைகளே எண்ணிக்கையில் அதிகம். மௌண்ட் கேமல் (Mount Camel - ஈராக்கின் வடபகுதியே இந்த ஒட்டக மலை) என்கிற இடத்தில் நடைபெற்ற இந்த யுத்தத்தில் அலெக்சாண்டரின் படைகளைக் காட்டிலும் டேரியஸின் படைகளே எண்ணிக்கையில் உயர்ந்து இருந்தன.

இந்த யுத்தத்துக்கு முன்னால்கூட ஓய்வு ஒழிச்சல் இல்லாமல் ஒவ்வொரு யுத்தத்தையும் நடத்திக்கொண்டிருந்தார் அலெக்சாண்டர். குறிப்பாக எகிப்தையும் மெடிடெரினியன் கடற்பகுதியையும் கைப்பற்றும் முயற்சிகள் முக்கியமானவை.

எல்லாமே சின்னச்சின்ன நாடுகள். அலெக்சாண்டரின் படைப்பலத்துக்கு அருகே நெருங்கக்கூட முடியாது. அதனால் அவர் வெற்றிக்காக அதிகம் மெனக்கெடவில்லை. ஒவ்வொன்றாக அலெக்சாண்டரின் உள்ளங்கைக்குள் விழுந்துகொண்டிருந்தன.

எகிப்துக்கு அடுத்து சிரியா. அதுவும் வசமானது. அங்கிருந்து யூப்ரடிஸ் (Euphrates) மற்றும் டைகிரிஸ் (Tigiris) என்கிற இரண்டு நதிகளையும் கடந்தார் அலெக்சாண்டர். அப்போது அவருக்கு எதிராக ஒருவர்கூட போரிடவில்லை. பிரச்னை இல்லாமல் சென்று கொண்டிருந்தது அலெக்சாண்டரின் வெற்றிப் பயணம். அதிகம் உழைப்பைச் செலுத்த வேண்டிய அவசியம் இல்லாததால் வீரர்கள் உற்சாகமாக இருந்தனர்.

அப்போதுதான் தன்னுடைய படையை ஒருங்கிணைத்து பட்டை தீட்டும் முயற்சியில் ஈடுபட்டிருந்தார் டேரியஸ். சுமார் ஒரு லட்சம் பிரத்யேக வீரர்களைக் கொண்டு அலெக்சாண்டரின் படைகளை நசுக்குவதற்கான ஏற்பாடுகளை அதிதீவிரமாக மேற்கொண்டு இருந்தார் டேரியஸ்.

'இந்தமுறை அலெக்சாண்டரின் ஆணவக்கரங்கள் ஒடிக்கப்படவேண்டும். அகந்தை அழிக்கப்படவேண்டும். வீரர்களே! தயாராகுங்கள்.'

ஆவேசம் பொங்க உத்தரவிட்டார் டேரியஸ். அவருடைய கண்களில் அத்தனை சீற்றம். அத்தனை வெறி. அத்தனை வன்மம்.

'கடந்த யுத்தத்தின்போது குறுகலான இடத்தில் வைத்துப் போரிட்டதால்தான் நம்முடைய படையின் உண்மையான வீரியம் வெளிப்படவில்லை. இனிமேல் அப்படியொரு சந்தர்ப்பம் ஏற்படக்கூடாது. நிச்சயம் நமக்குச் சாதகமான இடத்தைத் தேர்வு செய்யவேண்டும். அந்த இடத்தில்தான் யுத்தம். அந்த இடத்தில்தான் வெற்றி. அந்த இடத்தில்தான் அலெக்சாண்டருக்கு மரணம்.'

டேரியஸின் வார்த்தைகள் பாரசீகப் படையினரை உத்வேகம் கொள்ள வைத்தன.

'மாமன்னர் டேரியஸ் வாழ்க.'

எந்த இடத்தில் யுத்தத்தை வைத்துக்கொண்டால் வசதியாக இருக்கும்? யோசித்தார் டேரியஸ்.

ஏன் ஒரு மாபெரும் திடலைத் தேர்வு செய்யக்கூடாது? நம்முடைய படைகளின் எண்ணிக்கை எந்த அளவுக்கு விஸ்தீரணமாக இருக்கிறது என்பதை வெளிப்படுத்தி அலெக்சாண்டரையும் அவனுடைய படைகளையும் கலவரப்படுத்த வேண்டும் என்றால் நிச்சயம் ஒரு திடலைத் தேர்வு செய்தே ஆகவேண்டும். முடிவு செய்துவிட்டார் டேரியஸ். உண்மையில் அலெக்சாண்டருக்கு அது சாதகமற்ற சூழ்நிலைதான்.

இத்தனைக்கும் பாரசீகப் படையில் முப்பதாயிரம் ஈட்டிவீரர்கள் (Peltasts), நாற்பதாயிரம் குதிரை வீரர்கள், பத்தாயிரம் பாரசீக ஈட்டி வீரர்கள், ஆயிரம் பாக்ட்ரியன் குதிரைப்படையினர் (Bactrian Cavalry), ஆயிரத்தைநூறு வில்வித்தைக்காரர்கள் (Archers) இருந்தனர். போதாக்குறைக்கு இருநூறு ரதங்களும் பதினைந்து இந்தியப் போர் யானைகளும் வேறு இடம் பிடித்திருந்தன.

தவிரவும், சட்ராபைஸ் (Satrapies) மற்றும் ஸ்கைதியன் (Scythian) என்கிற மலைசாதி வீரர்களைப் போர்க்களத்துக்கு அழைத்து வந்திருந்தார். அவர்கள் அத்தனை பேரும் வித்தியாசமான போர்ப் பயிற்சிகளைப் பெற்றிருந்தவர்கள். தன்னுடைய வீரர்களின் பலம் டேரியஸுக்கு நன்றாக தெரிந்திருந்தது. அதனால் வித்தியாசமாகச் செயல்படக்கூடியவர்கள் கைவசம் இருந்தால் அதிரடியாக யுத்தத்தை நடத்தலாம் என்று திட்டமிட்டிருந்தார் டேரியஸ்.

நிறைய புதிய யுக்திகள் அலெக்சாண்டருக்கு எதிராக வகுக்கப்பட்டிருந்தன.

தேர்கள் எந்தவித தங்குதடையும் இல்லாமல் இயங்குவதற்கு வசதியாக தரையில் இருந்த புற்பூண்டுகள் எல்லாம் அடியோடு சுரண்டி எறியப்பட்டு மழமழவென தேர் செல்வதற்கு ஏற்ற வகையில் உருமாற்றம் செய்யப்பட்டிருந்தன.

அற்புதமான காலாட்படை வீரர்கள் சுற்றியிருக்க, யுத்தக்களத்துக்கு வந்தார் டேரியஸ். வழக்கமாக பாரசீக அரசர்கள் யுத்தக்களத்தில் அப்படி இருப்பது தான் மரபு. தன்னைச் சுற்றி ஒரு வித்தியாசமான பாதுகாப்பு வளையத்தை ஏற்படுத்திக் கொள்வார்கள்.

வலதுபுறத்தில் பாக்ட்ரியன் குதிரை வீரர்கள், கிரேக்க மெர்சினரிகள் மற்றும் பாரசீகக் குதிரைப்படையினரை நிறுத்தியிருந்தார். வலதுபுற மத்தியில் பாரசீகக் காலாட்படை மற்றும் மார்டியன் வில்வீரர்களை நிறுத்தியிருந்தார். தன்னால் முடிந்த அத்தனை சக்தியையும் வெளிப்படுத்திப் படையைத் திரட்டியிருந்தார். வியூகத்தையும் வகுத்திருந்தார்.

ஆனால் அலெக்சாண்டரின் படையில் ஏழாயிரம் குதிரைவீரர்களும் நாற்பதாயிரம் காலாட்படை வீரர்களும்தான் இருந்தனர். டேரியசின்

படையில் எண்ணிக்கை அதிகம். ஆனாலும் அவர்களில் அபரிமிதமான பயிற்சியைப் பெற்றவர்கள் என்று பார்த்தால் வெகு சொற்பம். அந்த வகையில் மோசமான நிலைமையில் அலெக்சாண்டரின் படைகள் இல்லை தான். ஆனால் சில சமயங்களில் எண்ணிக்கைதான் அதிகமாக ஒத்துழைப்பு கொடுக்கும்.

அலெக்சாண்டரின் படைகளுக்கு முதுகெலும்பு போன்றது பெஸடைராய் என்கிற ஈட்டி வீசும் படை. இவர்களுடைய ஈட்டி வழக்கமான குத்தீட்டி போல அல்லாமல் ஆறு மீட்டர் தூரத்துக்குப் பாயும் அளவுக்கு வீரியம் கொண்டது. அதை வைத்துத்தான் சமாளிக்க வேண்டும் என்பது அலெக் சாண்டரின் திட்டம்.

வியூகம் அமைப்பதில் அலெக்சாண்டருக்கும் டேரியஸுக்கும் கடுமையான போட்டி நடந்து கொண்டிருந்தது. அலெக்சாண்டரின் படைகள் இரண்டாகப் பிரிக்கப்பட்டு அலெக்சாண்டரும் பார்மீனியோவும் ஆளுக்கொரு பிரிவுக்குத் தலைமையேற்றிருந்தார்கள்.

இந்த யுத்தத்துக்கென பிரத்யேகமாக ஒரு வியூகத்தை உருவாக்கியிருந்தார் அலெக்சாண்டர்.

'பாரசீகக் குதிரைப்படை எந்த அளவுக்கு முன்னேறிச் செல்ல முடியுமோ அந்த அளவுக்கு முன்னேறட்டும். அதன்பிறகு கிடைக்கும் இடைவெளியை நமக்குச் சாதகமாக பயன்படுத்திக்கொள்ளலாம்.'

இதுதான் அலெக்சாண்டரின் வியூகம். அப்படிச் செய்வதன்மூலம் நடுவில் இருக்கும் டேரியஸை எளிதில் நெருங்கிவிடலாம் என்பது அவருடைய திட்டம்.

'இம்முறை நான் தாக்குதலைத் தொடங்கப்போவதில்லை.'

தெனாவட்டாகக் கூறினார் டேரியஸ். எல்லோருக்கும் ஆச்சரியமாக இருந்தது. ஏற்கெனவே நடந்த யுத்தங்களில் எல்லாம் தோற்று ஓடியாகி விட்டது. இப்போது என்ன வீராப்பு? இதில் எங்கே இருக்கிறது புத்தி சாலித்தனம்?

டேரியஸின் தளபதிகளுக்கு ஒன்றுமே புரியவில்லை. அதற்காக எதிர்த்துப் பேசவும் முடியாது. எதிர்த்துப் பேசலாம் என்று நினைத்த மாத்திரத்தில் தலையைக் கொய்துவிடக்கூடியவர் டேரியஸ். வீராப்பு அதிக நேரம் தாக்குப்பிடிக்கவில்லை.

சிறிது நேரத்திலேயே தாக்குதலைத் தொடங்கினார் டேரியஸ்.

முதலில் தயாராக இருந்த தேர்ப்படைகள்தான் அலெக்சாண்டரின் படை களின்மீது ஏவப்பட்டன. அடுத்த சில நிமிடங்களில் தேரோட்டிகளின் கழுத்தைக் குறிவைக்க உத்தரவிட்டார் அலெக்சாண்டர். ஈட்டிகள் பாய்ந்தன.

விளைவு, தேரோட்டிகளின் தலைகள் சக்கரங்களாக உருமாறி உருண்டோடத் தொடங்கின. டேரியஸ் அதிகபட்சமாக நம்பிக்கை வைத்திருந்த தேர்ப் படையின் அச்சு முறிந்தது.

இதற்கிடையே பாரசீகக் குதிரைப்படை மாசிடோனியப் படைக்குள் புகுந்து தாக்குதல் நடத்திக் கொண்டிருந்தது. எதிர்த்தாக்குதல் பலமாக இல்லாததால் வெகு வேகமாக அவர்களால் ஊடுருவ முடிந்தது.

இதற்காகத்தானே இத்தனை ஏற்பாடுகளும். அலெக்சாண்டரின் உதடுகள் புன்முறுவல் பூத்தன. ஆம். நன்றாக வியூகத்தில் வசமாகச் சிக்கிக்கொண்டன டேரியஸின் படைகள்.

நினைத்தது இதுதான். நடந்ததும் அதுதான். 'எதற்காக இந்தத் தாமதம்? சுற்றி வளையுங்கள் டேரியஸின் படைகளை. தாக்குங்கள்.' உத்தரவிட்டார் அலெக்சாண்டர். பாரசீக வீரர்கள் கூண்டில் சிக்கியது போல ஆனார்கள்.

தாக்குதல் பலமாக இருந்ததால் நிலைகுலைந்து போனார்கள் பாரசீகப் படையினர். இனிமேல் யோசித்துக் கொண்டிருக்க நேரம் இல்லை. அவசியமும் இல்லை. எல்லாம் முடிந்துவிட்டது. பாரசீகப் படைகளைக் காவு கொடுத்துவிட்டு மீண்டும் தப்பினார் டேரியஸ்.

இப்போது ஒட்டுமொத்த பாரசீகமும் அலெக்சாண்டரின் கரங்களில் விழுந்தது. பாரசீகத்தை அடக்கியபோது அலெக்சாண்டருக்கு வயது 25.

•

என்னதான் பாரசீகத்தை வென்றெடுத்திருந்த போதிலும் டேரியஸைத் தப்பிக்க விட்டது அலெக்சாண்டரின் மனத்தை உறுத்திக் கொண்டே இருந்தது.

'எப்படியாவது அவனைப் பிடித்துவிட வேண்டும்.'

தளபதிகள், அமைச்சர்கள் என்று யார் வந்தாலும் அலெக்சாண்டர் இதே வாசகங்களைத்தான் கூறிக்கொண்டிருந்தார். இந்தச் சூழ்நிலையில் பெஸ்ஸங் என்பவர் டேரியஸைக் கைது செய்துவிட்டதாகச் செய்தி ஒன்று அலெக் சாண்டரை வந்தடைந்தது.

'புறப்படுங்கள். நான் அந்த இடத்துக்குச் செல்லவேண்டும். உடனே.'

புறப்பட்டார் அலெக்சாண்டர். அவரோடு அறுபது வீரர்களே சென்றனர். வழியில் ஒரு மனிதர் குத்தியிரும் கொலையுயிருமாகக் கிடந்தார். சட்டென்று கீழே இறங்கிய மாசிடோனிய வீரர் ஒருவர் கீழே கிடந்த மனிதரைப் புரட்டினார். அடுத்தநொடி தூக்கிவாரிப்போட்டது அவருக்கு.

அந்த நபர், டேரியஸ். பாரசீக மன்னர். உயிர் மீதமிருந்து. இன்னும் அதிக நேரம் தாங்காது என்பதை விடுகின்ற மூச்சின் வேகம் சொன்னது. குடிக்கக் கொஞ்சம் தண்ணீர் கேட்டார் டேரியஸ். கொடுத்தார் அந்த வீரர்.

மடக். மடக். தண்ணீர் கொஞ்சம் கொஞ்சமாகத் தொண்டை வழியாக இறங்கியது. அவ்வளவுதான். அலெக்சாண்டரைப் புகழ்ந்து சில வார்த்தை களை உதிர்த்துவிட்டு அந்த வீரரின் மடியிலேயே உயிர் துறந்தார் டேரியஸ்.

டேரியஸ் மூச்சு அடக்குவதற்கும் அலெக்சாண்டர் அங்கு வருவதற்கும் சரியாக இருந்தது. ஓடிவந்து விஷயத்தைக் கூறினார் அந்த வீரர். நெஞ்சு கனத்தது போல இருந்தது அலெக்சாண்டருக்கு.

'எவ்வளவு பெரிய வீர மன்னர், இப்படி யாருமற்ற அனாதையாக இறந்து போக நேர்ந்துவிட்டதே. சரி, போனது போகட்டும், வெற்றியின் காதலன் டேரியஸின் உடலை சகல ராஜ மரியாதைகளுடன் அடக்கம் செய்யுங்கள்.'

உடனடியாகத் தான் அணிந்திருந்த அரச அங்கியைக் கழற்றி, டேரியஸின் உடலில் போர்த்தினார் அலெக்சாண்டர். மாசிடோனியப் பேரரசின் உச்சபட்ச மரியாதை அது.

●

ஒரு நாட்டை வெல்கிறார் அலெக்சாண்டர் என்றால் அங்குள்ள அத்தனை சொத்துகளும் அவருக்கே சொந்தம். யுத்தத்தின் அடிப்படை இதுதான். மாசிடோனிய வீரர்களையே எல்லாவற்றையும் எடுத்துக்கொள்ளும்படி உத்தரவிடுவார் மன்னர் அலெக்சாண்டர்.

யார் யார் எவ்வளவு எடுத்துக்கொள்கிறார்களோ அத்தனையும் அவர்களுக்கே சொந்தம். நாடு திரும்பியதும் அரசிடம் ஒப்படைக்கவேண்டும் என்ற நடை முறையை அலெக்சாண்டர் பின்பற்றவில்லை.

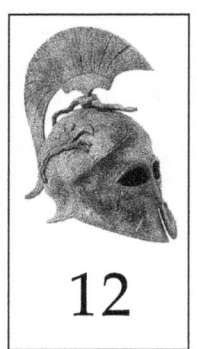

12

காதலும் கனவும்!

எவ்வளவு பெரிய வீராதி வீரனாக இருந்தாலும் சிற்றின்பங்கள் இல்லாமல் வாழ்க்கையை நகர்த்த இயலாதே. எந்தப் பெண்ணைப் பார்த்து எந்த நொடியில் காதல் வரும் என்று கட்டியம் கூறமுடியாதே. மாபெரும் வீரன் என்றால் காதலைப் பெரும் படை கொண்டு மனத்தை விட்டு துரத்திவிட முடியுமா என்ன? அலெக்சாண்டரைத் தன் கள்விழியில் கவிழ்த்து வீழ்த்தக் காத்திருந்தாள் ஒருத்தி.

அலெக்சாண்டரின் மாபெரும் வெற்றியைப் பெற்றதற்குப் பாராட்டு தெரிவிக்கும்விதமாக மலைச்சாதி மக்கள் ஒரு விழாவுக்கு ஏற்பாடு செய்திருந்தனர். அதற்கு தளபதி பார்மீனியோ மற்றும் ஹெபஸ்டின் உள்ளிட்ட நண்பர்கள் புடைசூழச் சென்றிருந்தார் அலெக்சாண்டர்.

அங்கு ஒரு பெண் நடனமாடிக் கொண்டிருந்தாள். தகதகவென நல்ல அழகு. சிவப்பாக இருந்தாள். நல்ல உயரம். எல்லாவிதத்திலும் அலெக்சாண்டருக்குப் பொருத்தமானவளாக இருந்தாள்.

அலெக்சாண்டருக்குள் இருந்து ஒரு வீரன் வெளியே குதித்து, அவனது விரலுக்கு சொடுக்கு எடுத்துக் கொண்டிருந்தான். அலெக்சாண்டரின் பார்வை வெளியே பதிந்திருந்தது. தளபதி பார்மீனியோ மற்றும் அலெக்சாண்டரின் நண்பர் ஹெபஸ்டின் இருவரும் ஒருவரையொருவர் பார்த்துக்கொண்டனர். இருவருக்குமே ஒரே எண்ணம்தான். நாசூக்காக தங்களுடைய கருத்தைக் கிண்டலும் கேலியுமாக வெளிப்படுத்திக்கொண்டார்கள்.

எல்லாவற்றையும் புரிந்துகொண்டார் அலெக்சாண்டர்.

'நானும் அவளும் சந்தித்துப் பேசிய பிறகே ஒரு முடிவுக்கு வரமுடியும்.'

அடுத்தகணமே சந்திப்புக்கான ஏற்பாடுகள் செய்யப்பட்டன.

ராக்சேனா அவள் பெயர். அலெக்சாண்டர் முன்பு தலையைக் குனிந்து உட்கார்ந்திருந்தாள். ஆயுதங்களைப் பிடிக்க மட்டுமே பழகியிருந்த அலெக்சாண்டரின் விரல்கள், முதன்முறையாக ஒரு பெண்ணை ஸ்பரிசிக்க நீண்டது. அவளது தோள்மேல் கைவைத்தார். முகம் உயர்த்தினாள். கண்களில் வெட்கமும் பயமும் போரிட்டுக் கொண்டிருந்தன.

'என்னைப் பிடித்திருக்கிறதா?'

ஏதோ வார்த்தைகள் வெளிப்படத் திணறி அவளது தொண்டைக்குழிக்குள் தொங்கிக் கொண்டிருப்பதை அவரால் உணர முடிந்தது.

'தைரியமாகச் சொல். எனக்கு தைரியமானவர்களைத்தான் பிடிக்கும்.'

'எனக்கும் அதனால்தான்...' அவளிடமிருந்து அலெக்சாண்டருக்கான முதல் வார்த்தைகள் பிரசவமானது.

'அதனால்தான்?'

'சிறுவயதிலேயே...'

'தயக்கம் வீரர்களுக்குப் பிடிக்காது. அது உனக்குத் தெரியுமா?'

'தாங்கள் சிறுவயதில் குதிரையை அடக்கிய வித்தையை என்னுடைய தாத்தா, காட்சியாகவே விவரித்திருக்கிறார்.'

'ஓஹோ!'

'அந்த நொடி முதலே நான் உங்களை...'

'அப்படியான்றால் ஏன் சொல்லவில்லை?'

'பயமாக...'

'நான் என்ன பயங்கரமானவனாகவத் தெரிகின்றேன்.'

'உங்கள் படைவீரர்கள் பலரிடம் பேசியிருக்கிறேன். ஒவ்வொருவரிடமும் உங்களைப் பற்றிக் கேட்டு நிறையவே தெரிந்துகொண்டேன். குறிப்பாக தங்களுக்கு எந்த மாதிரியான உடல் மொழியைப் பயன்படுத்தி போர் புரிந்தால் என்று புரிந்துகொண்டேன். அவைதான் என் நாட்டியத்துக்கான அபிநயங்கள்.'

அலெக்சாண்டரின் புருவங்கள் ஆச்சரியத்தில் நிமிர்ந்தன.

அறிமுக மொழிகள், காதல் மொழிகளாக நீண்டன. அவளிடமிருந்த இறுக்கம், நெருக்கமாக உருமாறியது. அலெக்சாண்டருக்கு ரொட்டி பரிமாறினாள் அவள். அதைத் தன் வாளால் வெட்டி அவளுக்கே ஊட்டி விட்டார் அலெக்சாண்டர்.

மலைச்சாதியினர் முன்னிலையில் அலெக்சாண்டருக்கும் ராக்சேனாவுக்கும் திருமணம் விமரிசையாக நடைபெற்றது.

●

திருமணம் முடிந்துவிட்டது. பாரசீகத்தைக் கைப்பற்றியாகிவிட்டது. கிரேக்கமும் கைக்கு வந்துவிட்டது. எகிப்தும் வசமாகிவிட்டது. ஆசியாவும் அடங்கி விட்டது. அடுத்தது இந்தியா. தந்தை பிலிப்பின் கனவு. தனது கனவு.

இன்னும் வெல்லப்படாத தேசம். கனவை நெருங்கிக் கொண்டிருக்கிறோம் என்கிற மகிழ்ச்சியில் அலெக்சாண்டரின் மனம் துள்ளிக் குதித்தது. எத்தனை உற்சாகம்! எத்தனை குதூகலம்! ஆனால் வீரர்களுக்கு அப்படி எதுவுமே இல்லை.

பொழுது விடிந்தால் போர். பொழுது சாய்ந்தால் பயணம். இப்படியே போய்க்கொண்டிருந்ததால் மனரீதியாக மிகவும் சோர்வடைந்திருந்தார்கள் வீரர்கள். அதைக்காட்டிலும் அதிகமாக இருந்தது உடல்சோர்வு. அதை அலெக் சாண்டரால் நன்றாகவே புரிந்துகொள்ள முடிந்தது.

அவர்களை எப்படி உற்சாகப்படுத்துவது?

அற்புதமான யோசனை ஒன்று பிடிபட்டது அலெக்சாண்டருக்கு.

'உடனடியாக என்னுடைய சொத்துகளை எல்லாம் எடுத்துவந்து ஒரே இடத்தில் குவியுங்கள்.'

ஏன், எதற்காக என்று கேள்வி கேட்டுப் பழக்கமில்லை மாசிடோனிய வீரர்களுக்கு, குறிப்பாக அலெக்சாண்டர் விஷயத்தில். எல்லாவற்றையும் குவித்தார்கள். அடுத்ததாக எல்லா வீரர்களுடைய உடமைகள், சொத்து களையும் எடுத்துவந்து குவிக்கச் சொன்னார். அதுவும் நடந்தது.

'எல்லாவற்றையும் தீக்கு இரையாக்குங்கள்.'

இந்தமுறை வீரர்கள் அதிர்ச்சியடைந்தனர். எதற்காக இப்படிச் செய்யச் சொல்கிறார்? ஒன்றுமே புரியவில்லை. ஆனாலும் உத்தரவிட்டது மன்னர்.

அடுத்த நொடி அனைத்து பொருள்களுக்கும் நெருப்பு வைக்கப்பட்டது. சிலர் அதில் ஓர் அர்த்தம் இருக்கும் என்று தங்களுக்குச் சமாதானம் சொல்லிக் கொண்டார்கள். மேலும் சிலரோ அர்த்தமற்ற செயல் என்று உள்ளுக்குள் புலம்பினார்கள்.

சொத்துகள் எல்லாவற்றையும் நெருப்பு சாப்பிட்டு முடிக்கும்வரை காத்திருந் தார் அலெக்சாண்டர். ஆனால் மற்ற வீரர்களுக்கு உள்ளுக்குள் எரிந்து கொண்டிருந்தது. அலெக்சாண்டர் சொன்னார்:

'மாண்புக்குரிய வீரர்களே, விலைமதிப்பு மிகுந்த பொருள்கள் எல்லாம் நம் கண் முன்னால் எரிந்து சாம்பலாகியிருக்கின்றன. நீங்கள் இந்தியாவில் பெறப் போகும் செல்வங்களோடு ஒப்பிட்டுப் பார்த்தால் இவை எல்லாம் வெகு அற்பமானவை. நாம் அடுத்து செல்ல இருப்பது சொர்க்க பூமிக்கு. மாணிக்கங்களாலும் வைர வைடூரியங்களாலும் நிறைந்த இந்தியாவுக்கு.'

வீரர்களுக்கு இப்போதுதான் நெருப்பு வைத்ததற்கான அர்த்தம் புரிந்தது. சோகம் கலைந்தது. உற்சாகம் தொற்றிக்கொண்டது.

‘எத்தனை சேதங்கள் வந்தாலும் சரி, பாதிப்புகள் ஏற்பட்டாலும் சரி, தடைகள் வந்தாலும் சரி, எல்லாவற்றையும் தீரத்துடன் எதிர்கொண்டு இந்தியாவைக் கைப்பற்றியே தீருவேன். இதில் மாற்றமே இல்லை. உங்கள் உழைப்பும் உதவியும் இருந்தால் எல்லாமே எனக்கு சாத்தியம்.’

உறுதியாகப் பேசினார் அலெக்சாண்டர்.

இந்தியா புதிய தேசம். அதிகம் அறிந்திராத தேசம். அரசியல் சூழல். தட்ப வெப்பச் சூழல். எதுவுமே தெரியாமல் யுத்தத்துக்குக் கிளம்புவது ஆபத்து என்பது அலெக்சாண்டருக்குத் தெளிவாகப் புரிந்திருந்தது.

‘உடனடியாக அரசியல் வல்லுநர் மற்றும் வரலாற்று ஆசிரியர்களை அழைத்துவாருங்கள். இந்தியாவின் ஒவ்வொரு அங்குலத்தைப் பற்றியும் தெரிந்துகொள்ள வேண்டும்.’ உத்தரவிட்டார் அலெக்சாண்டர்.

தெரிந்துகொண்டார். வரைபடத்தை வைத்துக்கொண்டு தன்னுடைய எல்லா சந்தேகங்களுக்கும் விடை தேடும் முயற்சியில் ஈடுபட்டார். இறுதியாகச் சொன்னார்:

‘இந்தியாவில் பிரிவினை தாண்டவமாடிக் கொண்டிருக்கிறது. வெற்றி சாத்தியம்தான். என்ன ஒன்று, இந்தியாவுக்கென பிரத்யேகமான போர் முறைகளை வகுக்க வேண்டும்.’

ஒவ்வொரு நாடாகக் கைப்பற்ற வேண்டும். அங்கு சட்டம் ஒழுங்கை செம்மைப்படுத்திய பிறகே அடுத்த நாட்டுக்குப் புறப்பட வேண்டும். அதன்பிறகு கலகம் எதுவும் ஏற்படக் கூடாது. அதை உறுதி செய்து கொண்ட பிறகுதான் முன்னேற வேண்டும். அந்தந்த நாடுகளில் ஒற்றர்களை நியமனம் செய்து அவ்வப்போது நாடுகளில் நிலவும் சூழ்நிலைகளைத் தெரிந்து கொள்ள ஏற்பாடுகளைச் செய்ய வேண்டும். ஒரு பெரும்படையை நாட்டின் மையப்பகுதியில் நிறுத்தி வைக்கவேண்டும். எந்த இடத்தில் ஆபத்து அதிகமாக இருக்கிறதோ அந்த இடத்துக்கு உடனடியாகப் படை வந்து சேரும் வகையில் அது இருக்கவேண்டும்.

இவையெல்லாம்தான் இந்தியப் படையெடுப்புக்காக அலெக்சாண்டர் கண்டுபிடித்த புதிய அணுகுமுறைகள்.

தன்னுடைய கனவு தேசத்துக்காகக் கரங்களைவிட மூளைக்கு அதிக வேலையைக் கொடுத்திருந்தார் அலெக்சாண்டர். மூளைக்குத் தேவையான உற்சாகத்தைக் கொடுக்க கூடவே ராக்சேனாவையும் இந்தியாவுக்கு அழைத்துக் கொண்டார் அலெக்சாண்டர்.

•

கி.மு. 327. இந்துகுஷ் மலைத் தொடரைக் கடக்கும் முயற்சியில் மாசிடோனியப் படைகள் ஈடுபட்டிருந்தன. மாபெரும் மலைத்தொடர். அதைக்

கடக்கவேண்டும் என்றால் நிறைய இழப்புகளைச் சமாளிக்க வேண்டும் என்பது புரிந்தது. அதுபோலவே நிறைய சிக்கல்கள். நிறைய உயிர்ப்பலிகள்.

ஒவ்வொன்றாக சமாளித்து முன்னேறிக்கொண்டிருந்தது அலெக்சாண்டரின் படை. ஒருவழியாக காபூலை அடைந்தார்கள்.

சுற்றும் முற்றும் பார்த்தார் அலெக்சாண்டர். கண்களாலேயே நிலப்பகுதியை அளந்துவிடக்கூடியவர். சில நிமிடங்கள் ஆழமாக யோசித்தார்.

'இந்த இடம் தங்குவதற்கு வசதியாக இருக்கிறது. தங்குமிடங்களை அமைத்துக்கொள்ளுங்கள்.'

உத்தரவிட்ட அடுத்தகணம் அதற்கான ஏற்பாடுகள் ஆரம்பமாயின. ஆயுதங்களை எல்லாம் பாதுகாப்பாக வைத்துவிட்டு, அவரவருக்கு ஏற்ற இடங்களில் தங்கும் காரியத்தில் ஈடுபட்டனர்.

படைகளை இரண்டு பிரிவுகளாகப் பிரித்தார். தன்னுடைய தலைமையில் ஒரு பிரிவு. ஹெபாஸ்டின் மற்றும் பெர்டிகாஸ் தலைமையில் ஒரு பிரிவு. எனில் பார்மீனியோ? இந்தியாவுக்குக் கிளம்புவதற்கு சில நாள்கள் முன்புதான் அவர் எதிரிகள் சிலரால் கொல்லப்பட்டிருந்தார். அலெக்சாண்டர் தலைமையிலான படையை சுவாத் பள்ளத்தாக்கில் இருக்கும் மலைச்சாதியினருக்கு எதிராகத் திருப்பிவிட்டார். காரணம், இந்தியாவுக்குள் நுழைவதற்கு அவர்களே பெரிய முட்டுக்கட்டையாக இருந்தார்கள்.

மலைச்சாதியினரின் பூர்விக இடத்தில் அவர்களை எதிர்கொள்வது சிரமமாக இருந்தாலும் தாக்குதல்களை லாகவமாக எதிர்கொண்டனர். சமாளித்தனர். வெட்ட வெட்ட முளைக்கும் செடி போல மலைச்சாதி வீரர்கள் சாரை சாரையாக வந்தவண்ணம் இருந்தனர். இதனால் போர் நீண்டு கொண்டே போனது. முடிவு பற்றிய கணிப்புகள் எல்லாம் பொய்த்துக்கொண்டே போனது.

புதிதாக ஹஸ்தி என்கிற மலைச்சாதித் தலைவன் அலெக்சாண்டரின் படைகளை அடித்து நொறுக்கத் தொடங்கினான். அவன் ஒரு மாவீரன் என்பதையும் புஷ்கலாவதி என்கிற தலைநகரைக் கொண்ட பகுதிக்கு மன்னன் என்பதையும் பின்னர் அலெக்சாண்டர் தெரிந்து கொண்டார். தலைநகரைச் சுற்றி தடிமனான மதில் சுவர்களை எழுப்பியிருந்தான் ஹஸ்தி.

அவர்களை அழிப்பதற்கு பலத்த முயற்சிகளை மேற்கொண்டது மாசிடோனியப்படை. இருபது நாள்கள் தொடர்ச்சியாக நடந்த போரில் ஹஸ்தியின் படைகளைக் காட்டிலும் பன்மடங்கு பலம் பெற்றிருந்த அலெக்சாண்டரின் படைகள் வெற்றி பெற்றன.

'நான் சந்தித்த வீரர்களுள் ஹஸ்திக்கு முக்கியமான இடம் உண்டு' என்றார் அலெக்சாண்டர்.

•

இதுநாள்வரை வீரர்களை மாத்திரமே சந்தித்து வந்த அலெக்சாண்டர் புதிதாக ஒரு வீராங்கனையைப் போர்க்களத்தில் எதிர்கொள்ள வேண்டியிருந்தது. அவள் பெயர் கிருபா.

கிருபாவின் படைகளைச் சமாளிக்கத் திணறியது மாசிடோனியப்படை. காரணம், தட்ப வெப்பச் சூழல். அது மாசிடோனிய வீரர்களுக்குப் பொருத் தமானதாக இல்லை. ஆனாலும் எண்ணிக்கை காரணமாக கிருபாவின் படைகளைத் துவம்சம் செய்து விட்டு முன்னேறியது மாசிடோனியப்படை.

அடுத்தடுத்து சில சிற்றரசர்களை எதிர்கொண்டு வெற்றிபெற்றுவிட்டு, இந்தியாவை நோக்கி வேகமாக முன்னேறிச் சென்றார் அலெக்சாண்டர். எதிரே வந்தவர்களை எல்லாம் அநாயசமாகச் சூறையாடி முன்னேறியது மாசிடோனியப்படை.வெற்றி. சந்தோசம். முன்னேற்றம்.

●

தட்சசீலம் நகருக்குள் நுழைந்தது மாசிடோனியப் படை.

மிகவும் செழிப்பான பூமி. ரிக், யஜுர், சாம வேதங்கள், சாஸ்திரங்கள் ஆகிய வற்றைக் கற்றுத்தருகின்ற பெரிய பல்கலைக்கழகம் ஒன்று இங்கே இருக்கிறது. இந்தத் தேசத்து மன்னனின் பெயர் அம்பி.

அரசியல் வல்லுநர் சொல்லிக்கொண்டே வர அலெக்சாண்டர் தலைய சைத்துக்கொண்டே வந்தார்.

தனது பரிவாரங்களுடன் அலெக்சாண்டர் வந்துள்ள செய்தி தட்சசீல மன்னன் அம்பிக்குத் போனது. அதிர்ச்சியில் நடுநடுங்கிப் போனான் அவன்.

‘என்னது, உலகத்தையே வென்ற மாவீரன் அலெக்சாண்டர் தட்சசீலத்துக்கு வருகிறாரா? நாம் என்ன செய்யப்போகிறோம்? ஏதாவது எதிராகச் செய்தால் உயிருக்கே உத்தரவாதம் இருக்காதே.’

நெஞ்சு படபடத்தது அம்பிக்கு.

‘எவ்வளவு பெரிய படை அவருடையது. வீரம், தன்மானம் என்று பேசிக் கொண்டு அவருடன் மோதுவது அறிவீனம். பேசாமல் சரணாகதி ஆகிவிடுவோம்.’

முடிவுசெய்துவிட்டான் அம்பி. தட்சசீலத்தில் இருந்து சமாதானத் தூதுவர் ஒருவர் அலெக்சாண்டரைச் சந்திப்பதற்காக அனுப்பப்பட்டார்.

‘களம் காணாமலேயே வெற்றியா?’ சந்தோஷமாக இருந்தது அலெக் சாண்டருக்கு.

சரியென்று தலையாட்டினார் அலெக்சாண்டர். தட்சசீலத்துக்கு விருந்தினராக வருமாறு அழைப்பு விடுக்கப்பட்டது.

படை பரிவாரங்களுடன் தட்சசீலம் சென்றபோது மன்னன் அம்பி ஏராளமான பரிசுப்பொருள்கள், மலர் மாலைகளுடன் வரவேற்பதற்காக

வழிமேல் இருவிழி வைத்துக் காத்துக் கொண்டிருந்தான். அவற்றைப் பார்த்ததும் மகிழ்ச்சியாக இருந்தது அலெக்சாண்டருக்கு. எல்லாவற்றையும் ஏற்றுக்கொண்டார்.

மற்ற நாடுகளில் ஜெயித்து வைத்திருந்த விலை உயர்ந்த பொருள்கள் சிலவற்றை அம்பிக்குப் பிரதி உபகாரமாக அளித்தார் அலெக்சாண்டர். போரிட முன்வராததால் அம்பியைத் தனது நட்பு வட்டத்தின் ஒரு புள்ளியாக ஏற்றுக் கொண்டார்.

அரச விருந்தாளியாக அவர் தங்கியிருந்த சமயத்தில் அம்பியின் முயற்சியால் அக்கம் பக்கத்து மன்னர்கள் சிலரும் அலெக்சாண்டரிடம் சரணடைந்தனர்.

என்னதான் சரணாகதிப்படலம் மகிழ்ச்சியை ஏற்படுத்தியிருந்தாலும்கூட, அடுத்தடுத்து முன்னேற வேண்டும் என்பதில் கவனமாக இருந்தார் அலெக்சாண்டர். சிறுவனாக இருந்தபோது மன்னர் பிலிப் பேசியது எல்லாம் நினைவுக்கு வந்தன.

'இந்தியாவையும் இந்திய மன்னர்களையும் பற்றிய தந்தையின் மதிப்பீட்டுக்கும் தற்போதைய நிலைக்கும் நிறைய முரண்பாடுகள் இருக்கின்றன. ஆனாலும் அவருடைய கணிப்பு பொய்க்காது. அம்பியை வைத்து ஒட்டு மொத்த இந்திய அரசர்களின் வீரத்தையும் குறைத்து மதிப்பிடக்கூடாது. ஹஸ்தி போன்றவர்களை நாம் மறக்கக்கூடாது. எந்த நேரத்தில் வேண்டுமானாலும் பரிசுத்தமான வீரர்களை நாம் எதிர்கொள்ள வேண்டியிருக்கும். ஜாக்கிரதை!'

வீரர்களுக்கு எச்சரிக்கை விடுத்தபடி மேன்மேலும் முன்னேறிச் சென்றார் அலெக்சாண்டர்.

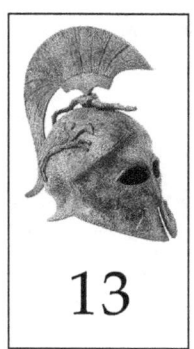

13

பிரமிக்க வைத்த போரஸ்

கி.மு. 326. ஜூலை மாதம்.

ஜீலம் மற்றும் சீனாப் நதிகளுக்கு இடைப்பட்ட பகுதியை புருஷோத்தமர் என்கிற மன்னர் ஆட்சி செய்து கொண்டிருந்தார். போரஸ் என்பது அவருடைய இன்னொரு பெயர். தற்போது பாகிஸ்தானின் பஞ்சாப் மாகாணமாக இருக்கும் பகுதிதான் அன்று புருஷோத்தமரின் ஆளுகையில் இருந்தது.

மிகச்சிறந்த வீரர். யானைப் படையை வெற்றிகரமாக செலுத்தி வெற்றிகளைக் குவிப்பதில் சூரர். எவ்வளவு பெரிய எதிரியாக இருந்தாலும் தீரத்துடன் களத்தில் எதிர்கொள்ளக்கூடியவர் புருஷோத்தமர் என்று ஏற்கெனவே அரசியல் வல்லுநர் ஒருவர் அலெக்சாண்டருக்கு எச்சரிக்கை விடுத்திருந்தார்.

தன்னுடைய அரசியல் வல்லுநர் இப்போதுதான் முதன்முறையாக ஒரு வீரனைப் பற்றிப் பேசியதால் போரஸைச் சந்தித்துப் போரிடுவதற்கு ஆர்வமாக இருந்தார் அலெக்சாண்டர்.

'இலக்குகள் முக்கியம்தான். வெற்றிகள் முக்கியம்தான். ஆனால் உழைப்பைச் செலுத்தி வரக்கூடிய உன்னதமான வெற்றிகள் அவசியம். மனத்துக்கு சந்தோஷம் வேண்டும் என்றால் சவாலான வெற்றிகள் அவசியம். வெற்று வெற்றிகள் தேவையில்லை. சவால் நிறைந்த வெற்றிகளையே நான் நேசிக்கிறேன்.'

அலெக்சாண்டர் பேசப் பேச அரசியல் வல்லுநருக்கு ஆச்சரியமாக இருந்தது.

'உடனடியாகச் சரணடைய வேண்டும். இல்லாவிட்டால் போர்க்களத்தில் சந்திக்க வேண்டும். எச்சரிக்கை.'

இதுதான் அலெக்சாண்டர் தன்னுடைய தூதுவனிடம் உதிர்த்த வார்த்தைகள். அப்படியே கொண்டுபோய் போரஸிடம் சேர்த்தார் அந்தத் தூதுவர்.

விஷயத்தைக் கேட்டு அவையில் இருந்தவர்கள் எல்லோரும் கொதித்துப் போய்விட்டனர்.

'அலெக்சாண்டர் பெரிய வீரனாக இருக்கலாம். ஆனால் மன்னர் போரஸின் படைபலம் தெரியாமல் சிறுபிள்ளைத்தனமாக மிரட்டல் விடுத்து அனுப் பியிருக்கிறாரே. ஒருவேளை அபரிமிதமான வெற்றியால் மதி மயங்கி விட்டதா? என்ன ஆயிற்று அலெக்சாண்டருக்கு?' ஆத்திரப்பட்டனர் அமைச்சர்கள்.

'அம்பியைப் போல கோழைத்தலைவன் அல்ல நான். முடிந்தால் என்னைத் தொட்டுப் பார்க்கச் சொல்லுங்கள். உங்கள் மன்னரைச் சந்திக்க வேண்டும் என்றால் அது யுத்தக்களமாகத்தான் இருக்கும்.'

போரஸின் வார்த்தைகள் அட்சரம் பிசகாமல் அலெக்சாண்டரின் கவனத் துக்குக் கொண்டுசெல்லப்பட்டன.

'நிச்சயம் அவன் வீரனாகத்தான் இருக்க வேண்டும். இல்லையென்றால் கண்ணுக்கு நேராக இந்திய மன்னர்கள் மண்ணிலும் தன்னுடைய காலடியிலும் வீழந்து கொண்டிருக்கும் சமயத்தில் இப்படியொரு சவாலை விட நெஞ்சு துணியாது. அவனுடைய வீரத்தை மெச்சுகிறேன். வெறுமனே மெச்சிக் கொண்டிருந்தால் உயிருக்கே உலை வைத்துவிடுவான். எனவே போருக்குத் தயாராகுங்கள் வீரர்களே.'

அலெக்சாண்டரின் படைகள் ஜீலம் நதியின் மேற்குக் கரையை நோக்கிப் புறப்பட்டன. நதி மிகப்பெரியது. அது மழைக்காலம் வேறு. வெள்ளம் பெருக்கெடுத்து ஓடிக்கொண்டிருந்தது. மழை கொஞ்சமும் நின்றபாடில்லை. ஒரு கரையில் போரஸின் தலைமையில் வீரர்கள். கூடவே போரஸின் மகன். மறு கரையில் அலெக்சாண்டரின் படை.

ஜீலம் நதியை எப்படிக் கடப்பது என்கிற யோசனையில் மூழ்கினார் அலெக்சாண்டர். முதலில் கரையோரமாக நடந்து சென்று நதியின் வேகத்தை நுணுக்கமாகக் கவனித்தார். காற்றின் வேகத்துக்குச் சற்றும் சளைக்காமல் சென்று கொண்டிருந்தது நதி.

நதியைக் கடந்தாக வேண்டும். அதுவும் போரஸின் வீரர்களின் கண்ணுக்குத் தெரியாமல். ஆற்றில் அடித்துச் சென்றுவிடாமல். கவலையாக இருந்தது அலெக்சாண்டருக்கு. மழை நிற்காவிட்டால் ஆற்றைக் கடக்க முடியாது. வீரர்களுக்கு உணவுப் பிரச்னை வந்துவிடும்.

சூரியன் தன்னுடைய வீரியத்தைக் குறைத்துக்கொண்டே வந்ததால் இருள் சூழ்ந்து கொண்டிருந்தது. வானம் இருண்டது. காற்றும் மழையும் பின்னிப் பிணைந்தன. இடிச்சத்தம். எங்கே நம்முடைய தலையில் வந்து

இறங்கிவிட்டதோ என்று அஞ்சும் அளவுக்கு. சத்தமே உயிரைக் குடித்துவிடும் போல இருந்தது.

தாமதம் செய்துகொண்டே இருப்பது அறிவீனம். அலெக்சாண்டரின் படைகள் துணிச்சலாக ஆற்றைக் கடந்தே தீரவேண்டும். வீரர்களை ஒரு முறை பார்த்தார். அவர்கள் கண்களில் எந்தவிதத் தயக்கமும் இல்லை.

திரும்பவும் ஜீலம் நதியை ஒருமுறை நோட்டம் பார்த்தார் அலெக்சாண்டர். தூரத்தில் வளைந்து நெளிந்து நதி சென்று கொண்டிருப்பது அலெக்சாண்டரின் கண்களில் பட்டது. ‘பலே, சரியான வழி கிடைத்துவிட்டது. வாருங்கள், கொஞ்ச தூரம் சென்றால் எளிதாகக் கடக்கலாம். நதி வளைந்து செல்கிறது. அதனால் மோதும் வேகம் அவ்வளவு பலமாக இருக்காது. வாருங்கள்.’

படகுகளில் ஏறி அமர்ந்தனர் வீரர்கள். அதற்குள் லேசாக மழை குறைந்திருந்தது.

‘ம், செலுத்துங்கள் படகுகளை.’

கரையைப் பத்திரமாகக் கடந்ததும் அலெக்சாண்டரின் படைகள் இரண்டு திசைகளில் பிரிந்துவிடுவது. பிறகு தாக்குதல் நடத்துவது. இதுதான் திட்டம். அலெக்சாண்டர் தெளிவாகக் கூறியிருந்தார்.

யானைகளின் நடுங்க வைக்கும் பிளிறல் சத்தம். கூடவே, குதிரைகளின் கனைப்புச் சத்தம். உலைக்களத்தில் பழுதுபட்ட ஆயுதங்களைச் செம்மைப் படுத்திக் கொண்டிருந்தனர் வீரர்கள். இரும்புச் சத்தம். உண்மையாகவே அத்தனை பலமாக இருந்தது. இரு தரப்பு முகாம்களிலும் போர் நடை பெறுவதற்கான அத்தனை முஸ்தீபுகளும் நடந்து கொண்டிருந்தன.

விடிந்தால் தொடங்கப்போகிற யுத்தத்துக்காக இருதரப்பு பாசறைகளிலும் தீப்பந்தங்கள் கொளுத்தப்பட்டு வியூகங்கள், அவை குறித்த ஆலோசனைகள் எல்லாம் நடந்து கொண்டிருந்தன.

புருஷோத்தமரின் படையில் முப்பதாயிரம் காலாட்படை வீரர்கள். நான்காயிரம் குதிரைகள். முந்நூறு தேர்கள். இருநூறு யானைகள். இவற்றில் தேர்ப்படையும் யானைப்படையும் புருஷோத்தமருக்கு முதுகெலும்பு போன்றவை.

கடந்த காலங்கங்களில் நடந்த யுத்தங்களில் இந்த இரண்டின் உதவியோடு தான் அத்தனை வெற்றிகளை ருசிக்க முடிந்தது புருஷோத்தமரால். அலெக்சாண்டருக்கு குதிரைப்படை என்றால் இவருக்கு யானைப்படை.

புருஷோத்தமரின் படை அணிவகுப்பு இப்படித்தான் இருந்தது.

முன்வரிசையில் யானைப்படை. பின் வரிசையில் காலாட்படை. காலாட் படைக்குப் பாதுகாப்பாக அதன் இருபுறங்களிலும் குதிரைப்படைகள்.

நடுநாயகமாக ஒரு கம்பீர போன்ற யானையின் மீது மன்னர் புருஷோத்தமர் அமர்ந்திருந்தார்.

போரஸின் வியூகம் அலெக்சாண்டருக்கு பிரமிப்பை ஏற்படுத்தியது. வியூகத்தை உடைக்க வேண்டுமானால் அதிகம் செலவழிக்க வேண்டியது ஆயுதங்ளை அல்ல, மூளையைத்தான் என்பது அலெக்சாண்டருக்குப் புரிந்து விட்டது. அவர் தன்னுடைய படையில் 32500 காலாட்படை வீரர்களையும் 7300 குதிரைப்படையினரையும் வைத்திருந்தார்.

இருபுறமும் வீரர்கள் கூட்டம். போர்முரசுகள் அதிர்ந்தன. முரட்டு யானைகள் ஆக்ரோஷம் பொங்க துதிக்கைகளைச் சுழற்றிக்கொண்டு நின்றன.

குதிரைகள் முன்னங்கால்களை உயர்த்திக்கொண்டு, கனைத்து பயமுறுத்திக் கொண்டிருந்தன. தேர்ச்சக்கரங்கள் பாய்வதற்குத் தயாராகத் தடதடத்துக் கொண்டிருந்தன.

இந்தப் பக்கம் அலெக்சாண்டரும் அந்தப் பக்கம் புருஷோத்தமரும் உத்தரவு களைப் பிறப்பித்தனர். இரு படைகளும் உக்கிரத்துடன் மோதிக்கொண்டன.

யானைகள் எதிரே வந்த வீரர்களை எல்லாம் துதிக்கையால் சுழற்றி அடித்தன. மாசிடோனியர்களின் ஈட்டிகள் யானைகளைப் பதம் பார்த்தன. ஒருவருக் கொருவர் அத்தனை மூர்க்கத்துடன் மோதிக்கொண்டனர். போர் மிகப்பெரிய அழிவை நோக்கிச் சென்று கொண்டிருந்தது.

திடீரென வானம் இருளத் தொடங்கியது. மழையும் பொழியத் தொடங்கியது. ஓரளவு காய்ந்திருந்த களம், கால்களுக்கு விரோதமாக மாறத் தொடங்கியது.

தேர்ச்சக்கரங்கள் சேற்றில் சிக்கி மேலும் நகர முடியாமல் திணறின. ஆனாலும் யானைப்படையின் உக்கிரம் கொஞ்சமும் குறையவில்லை.

எதைப்பற்றியும் கவலைப்படாமல் தாக்குதலில் ஈடுபட்டுக் கொண்டி ருந்தன. கொஞ்சம் விட்டால் அலெக்சாண்டரின் படைகளைக் கபளீகரம் செய்துவிடும் அளவுக்கு அதீத வீரியத்துடன் செயல்பட்டது யானைப்படை.

பீதியூட்டும் பிளிறல் சத்தம். வீரர்களின் அபயக்குரல். மரண ஓலம். நெஞ்சை உலுக்க வைத்துக்கொண்டிருந்தன. கொஞ்சம் கொஞ்சமாக யுத்தக்களம் சவக்களமாக மாறிக்கொண்டு இருந்தது.

ஏதாவது செய்ய வேண்டும். இல்லாவிட்டால் முதலுக்கே மோசம். புரிந்து விட்டது அலெக்சாண்டருக்கு. உடனடியாக புருஷோத்தமரின் படை பலத்தைக் குறைக்கவேண்டும். தளபதிகளுக்கு அவசர அழைப்பு போனது.

'வீரமிகு நண்பர்களே, போரில் உங்களுடைய செயல்பாடுகள் அதி அற்புதம். உங்களுடைய வீரத்துக்குத் தலை வணங்குகிறேன். என்னுடைய கேள்விக்குப் பதில் சொல்லுங்கள்.'

'கேளுங்கள் அரசே! பதிலளிக்கக் காத்திருக்கிறோம்.'

'போரஸுடனான இந்த யுத்தத்தில் நாம் சமாளிப்பதற்கு மிகவும் கடுமையாக இருக்கும் விஷயம் எது?'

'யானைப்படைதான். சந்தேகமே இல்லை.'

விருட்டென வந்து விழுந்தது பதில்.

'நல்லது. அந்த யானைப்படையை வீழ்த்த அல்லது சமாளிக்க ஒரு யோசனை சொல்கிறேன். அதன்படியே செய்யுங்கள். வெற்றி நிச்சயம்.'

'நீங்கள் ஒவ்வொருவரும் யானைகளின் துதிக்கைகளையும் தந்தங்களையும் மட்டும் குறிவைத்துத் தாக்குங்கள். அவை அறுந்து கீழே விழவேண்டும். அவ்வப்போது தீப்பந்தங்களைக் கொளுத்தி வீசுங்கள். மிரண்டு ஓடுவதற்கு வசதியாக இருக்கும். புறப்படுங்கள்.'

களத்தில் இறங்கினார்கள் மாசிடோனிய வீரர்கள். அலெக்சாண்டரின் ஆலோசனையை அமல்படுத்தினார்கள். ஒவ்வொரு ஈட்டியும் யானைகளை மட்டுமே குறிவைத்தன. கொஞ்சம் கொஞ்சமாக யானைப்படை பலமிழந்தது. தந்தங்களும் துதிக்கைகளும் மண்ணோடு மண்ணாகப் புரளத் தொடங்கின. யானைப்படை துவண்டுவிட்டது.

'வெற்றி வெற்றி. யானைப்படையை முடக்கிவிட்டோம்.'

ஆர்ப்பரித்தார்கள் மாசிடோனிய வீரர்கள்.

தேர்களும் நகர முடியாத நிலை. யானைப்படை முன்னே சென்று தேங்கிவிட்டதால் அவற்றைத் தாண்டி குதிரைப் படையினராலும் முன்னேற முடியவில்லை. கால்களும் கைகளும் வழுக்கியதால் தரையில் அழுத்தந்திருத்தமாக நின்றுகொண்டு, அம்புகளைச் செலுத்த முடியாமல் திணறினார்கள் புருஷோத்தமரின் வீரர்கள்.

மழை புருஷோத்தமருக்கு மிகப்பெரிய சோதனையாக அமைந்தது, அதிலும் வெற்றியையே காவு வாங்கிவிடும் அளவுக்கு. அலெக்சாண்டருக்கும் புருஷோத்தமருக்குமான யுத்தம் இயற்கைக்கும் புருஷோத்தமருக்குமான யுத்தமாக உருவெடுத்திருந்தது. நடக்கும் அத்தனையும் அலெக்சாண்டருக்குச் சாதகமாக மாறின.

தன்னுடைய வீரர்கள் செத்து மடிந்து கொண்டிருப்பது புருஷோத்தமரை எந்தவிதத்திலும் பாதிக்கவில்லை. அடுத்தடுத்து எப்படித் தாக்குதல் நடத்துவது என்றே சிந்தித்துக் கொண்டு இருந்தார்.

'குதிரைகள் போனால் என்ன? யானைகள் போனால் என்ன? காலாட்படை இருக்கிறது அல்லவா. அவர்களை வைத்து வகுக்கப் போகிறேன் வியூகம். சரியப்போகிறது அலெக்சாண்டரின் மனக்கோட்டை' - உரக்கக் குரல் கொடுத்தார் புருஷோத்தமர்.

113

காலாட்படை வீரர்களைக் குறுக்கு வாட்டத்தில் சங்கிலி போல ஒருவரை ஒருவர் பிணைத்துக்கொண்டு நிற்க உத்தரவிட்டார். கைகளில் கூர்தீட்டிய ஆயுதங்கள் வேறு. அதைப்பார்த்த அலெக்சாண்டருக்கு அதிர்ச்சியாக இருந்தது. தனது படைகளில் மிச்சமிருந்த எல்லாவற்றையும் கொண்டுவந்து நிறுத்தியிருந்தார் புருஷோத்தமர்.

'திடீரென எங்கிருந்து படைகள் முளைத்தன?' - அலெக்சாண்டருக்கு ஆச்சரியம்.

இதுவரை அவர் சந்தித்திராத வியூகமாக இருக்கிறது. எப்படி அந்த மனிதச் சங்கிலியைத் தகர்ப்பது?

இருக்கவே இருக்கிறது ஈட்டிப்படை. பயன்படுத்த வேண்டியதுதான். உத்தரவிட்டார் அலெக்சாண்டர். சீறிப்பாய்ந்தன ஈட்டிகள். செத்து மடிந்தனர் புருஷோத்தமரின் வீரர்கள்.

இறுதியாக புருஷோத்தமரின் படை மாசிடோனியர்களால் சுற்றிவளைக்கப் பட்டது. ஒற்றை ஆளாக இருந்து தாக்குதல் நடத்திக்கொண்டிருந்த புருஷோத்தமரும் சுற்றிவளைக்கப்பட்டார்.

என்னதான் தோல்வியடைந்து இருந்தாலும்கூட புருஷோத்தமரின் தீரமிக்க போராட்டம் அலெக்சாண்டரை நிலைகுலையச் செய்திருந்தது. பிரமிப்பு கொஞ்சமும் அடங்கவில்லை அவருக்கு. மனம்விட்டுப் பேசினார் அலெக்சாண்டர்.

'அன்புமிக்க நண்பர் போரஸ், என்னுடைய படைபலத்தைக் காட்டிலும் உங்களுடையது மிகச்சொற்பமானது. ஆனாலும் எங்களுக்கு கடுமையான நெருக்கடியைக் கொடுத்தீர்கள். ஒரு வகையில் எங்களுக்கு இயற்கை நேசக்கரம் நீட்டியது என்னவோ உண்மைதான். உங்களுடைய போர் வியூகங்கள், தந்திரங்கள் எல்லாமே என்னை மலைக்க வைத்துவிட்டன. ஆகவே, இந்த நாட்டை உங்களுக்கே திருப்பி அளிக்கிறேன். நீங்களே ஆள வேண்டும். இதுதான் உங்களுடைய வீரத்துக்கு என்னால் முடிந்த காணிக்கை.'

உணர்ச்சிபொங்கப் பேசினார் அலெக்சாண்டர்.

'சொல்லுங்கள். உங்களை நான் எப்படி நடத்தவேண்டும் என்று விரும்பு கிறீர்கள்?'

'அரசனைப்போல.'

புருஷோத்தமரிடம் இருந்து வீரியம் குறையாமல் வந்து விழுந்தது பதில்.

நாட்டை அவரிடமே ஒப்படைத்துவிட்டு, பரிசுப்பொருள்களைக் கொடுத்து விட்டுப் புறப்பட்டார் அலெக்சாண்டர்.

அப்போது அலெக்சாண்டரின் பாசக்குதிரையான பியூசிபேலஸ் இறந்து விட்ட செய்தி அலெக்சாண்டரை ஒரு கணம் உலுக்கிவிட்டது. கண்கலங்கினார். பின் அழுதார்.

இறுதியாக ஜீலம் நதியின் இருகரைகளிலும் இரண்டு நகரங்களை நிர்மாணம் செய்தார் அலெக்சாண்டர். அவற்றில் ஒன்றுக்கு தன்னுடைய குதிரையின் நினைவாக பியூசிபேலா என்று பெயர் வைத்தார். இன்னொரு நகரின் பெயர், நிஸீயா.

நகரை நிர்மாணிப்பது என்றால்?

ஒரு பெரிய நிலப்பகுதியைத் தேர்வும் செய்து, அதில் ஒரு நகரத்துக்குரிய அத்தனை வசதிகளையும் செய்வது. எல்லாமே கிரேக்கக் கட்டடக் கலையைப் பிரதிபலிக்கும் வகையில் இருக்குமாறு பார்த்துக்கொள்வது. தான் வெற்றி கொள்ளும் நாடுகளில் எல்லாம் இதுபோன்ற நகரங்களை நிர்மாணித்து, கிரேக்கர்களின் கட்டடக்கலையைப் பரப்பியதில் அலெக்சாண்டரின் பங்கு அபரிமிதமானது.

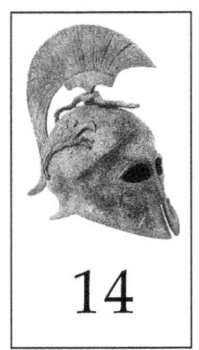

14

சீரஞ்சீவி அலெக்சாண்டர்

புருஷோத்தமருடன் நடந்த யுத்தத்தில் மாசிடோனியப் படைகள் ஜெயித்தபோதும் கூட அவர்களுடைய அடிமனத்தில் உருவான பயம் மட்டும் விலகவே இல்லை. தொடர்ந்து இந்தியாவுக்குள் அடி எடுத்து வைக்கத் தயங்கினார்கள்.

விஷயம் அலெக்சாண்டரின் கவனத்துக்குச் சென்றது.

'எவ்வளவு உத்தமமான வீரனுடன் போரிட்டிருக்கிறோம்' என்று ஒருபக்கம் பெருமைப்பட்டாலும், பயந்த வீரர்களை நினைத்தால் ஆத்திரமாக வந்தது.

'நடந்ததை எண்ணிக் கவலைப்பட வேண்டாம். நம்மை வெல்ல உலகில் எவருமே இல்லை என்பதை ஒவ்வொரு முறையும் நிரூபித்துக் கொண்டே வருகிறோம். நாம் இன்னும் செல்ல வேண்டிய தூரம் எவ்வளவோ இருக்கிறது. அடைய வேண்டிய லட்சியங்கள் எத்தனையோ இருக்கின்றன. நாம் கடப்பதற்காக பரந்து விரிந்து ஓடும் கங்கை நதி காத்திருக்கிறது. களைப்பு உங்கள் உடலில் இருக்கலாம். மனத்தில் கூடாது. ஓய்வெடுங்கள்.'

சொல்லிவிட்டு தானும் ஓய்வெடுக்கக் கிளம்பினார் அலெக்சாண்டர்.

வீரர்கள் மத்தியில் எந்தவிதமான அசைவும் இல்லை. அமைதி நிலவியது.

●

'போர் தொடங்கி வெகுகாலம் கிவிட்டது. ஊரில் இருக்கும் மனைவி, மக்களின் முகமே மறந்துவிடும் போல இருக்கிறது' மாசிடோனிய வீரர்கள் புலம்பத் தொடங்கினார்கள். அலெக்சாண்டர் வீரர்களை அழைத்துப் பேசினார்.

'அன்புக்குரிய வீரர்களே. உங்களுடைய சூழலில்தான் நானும் இருக்கிறேன். நானும் உங்களைப் போலவே ஒரு வீரன். இந்தியாவை ஒட்டுமொத்தமாக நமது கைப்பிடிக்குள் கொண்டு வர வேண்டும் என்ற லட்சியத்துடன் புறப்பட்டோம். அதற்கான பணிகளில் ஓரளவுக்கு வெற்றி கண்டுவிட்டோம். இப்போது புருஷோத்தமரை வீழ்த்தியிருக்கிறோம். அந்த பயத்திலேயே ஏராளமான மன்னர்கள் நம்மிடம் சரணடையத் தயாராக இருக்கிறார்கள். இதற்கெல்லாம் யார் காரணம்? நீங்கள். நீங்கள் மட்டும்தான் காரணம். வெற்றிகள் நம்மை வரவேற்கின்றன. வாருங்கள் போகலாம். என்ன தயாரா?'

'அரசே! தாமே விரும்பி சரணடைபவர்களை மட்டுமே இனி நம்மால் எதிர்கொள்ள முடியும். ஆனால் புருஷோத்தமர் போன்றவர்களுடன் போரிட உடலும் மனமும் இடம் கொடுக்கவில்லை.' – வீரர்கள் சார்பாக சில தளபதிகள் பேசினார்கள்.

'சரி, உங்கள் நிலையை ஏற்றுக்கொள்கிறேன். இப்போதைக்கு ஜீலம் நதியைத் தாண்டி முன்னேற வேண்டாம். அக்கம் பக்கத்தில் இருக்கும் நாடுகளைக் கைப்பற்ற முயற்சி செய்வோம்.'

நிம்மதியாக இருந்தது வீரர்களுக்கு. அலெக்சாண்டர் நினைத்தபடியே சில மன்னர்கள் தாமாக ஓடிவந்து கிரீடத்தைக் கழற்றி, அலெக்சாண்டரின் பாதங்களில் வைத்து வணங்கினார்கள். இவர்களில் இளைய புருஷோத்தமனும் ஒருவர். அண்ணனைப் போல அல்லாமல் கோழைத்தனத்தின் மொத்த உருவம் அவர்.

சில மாதங்கள் ஓய்வெடுத்த பிறகு கங்கை சமவெளியில் உள்ள பியாசி என்கிற நாட்டைக் கைப்பற்ற நினைத்தார். ஆனால் அவருடைய வீரர்களோ மிகவும் தயங்கினார்கள்.

'எங்கள் பிள்ளைகளைக் கண்களால் ஒருமுறை பார்த்துவிடுகிறோம். பிறகு போர்க்களம் செல்கிறோம்.'

வீரர்களின் உணர்வுகளை ஏற்றுக்கொண்டாக வேண்டிய கட்டாயம். மனத்தை மாற்றிக் கொண்டார் அலெக்சாண்டர்.

'அன்புமிக்க வீரர்களே, உங்களுடைய உழைப்பு, திறமை எல்லா வற்றையும் வைத்துப் பார்த்தேன். பத்தாண்டுகளாகத் தொடர்ந்து போர். போர். போரைத் தவிர வேறு எதுவுமே நம்முடைய வாழ்க்கையில் இல்லாமல் போய்விட்டது. உடனடியாக உங்களுக்குத் தேவை ஓய்வு மட்டும் அல்ல. குடும்பத்தையும் சந்திக்க வேண்டும். அன்பைப் பரிமாறிக் கொள்ள வேண்டும். குடும்பத்தினரது தவிப்பையும் தணிக்க வேண்டும். புரிகிறது. இதோ இந்த நிமிடமே புறப்படலாம் மாசிடோனியாவுக்கு.'

அறிவிப்பு வெளியான அடுத்த நொடியே வீரர்களின் முகத்தில் புன்னகை வழிந்தோடின. ஆர்ப்பரித்தனர்.

‘கருணையின் கடவுள் அலெக்சாண்டர் வாழ்க!’

•

ஊர் திரும்பும் மகிழ்சியில் வழியில் தென்படும் சிறுசிறு நாடுகளைத் தாக்கி அவற்றை தனது ஆளுகைக்குள் அடக்கியபடியே சென்றார் அலெக்சாண்டர். வழியில் மாலி என்றொரு நாடு இருந்தது. அந்நாட்டின் வில் அம்பு வீரர்கள் அசகாய சூரர்கள். பல நூறு அம்புகள் ஒரு சேர தேனீக் கூட்டம் போல வந்து தாக்கும். இடைவிடாது.

அலெக்சாண்டரின் வீரர்களால் சுதாகரிக்க முடியவில்லை. அம்புப் பெருமழை தொடங்கியது. எதிர்பாராத நேரத்தில் அலெக்சாண்டரே அதில் சிக்கிக் கொண்டார். முதலில் மார்பில், அடுத்து பின்னங்கழுத்தில், அப்புறம் இடுப்பில்.

மூன்று அம்புகள். மூர்ச்சையாகிக் கீழே விழுந்தார் அலெக்சாண்டர். அவர் உடலிலிருந்து ரத்தம் மட்டும் அசைந்து அசைந்து வழிந்து கொண்டிருந்தது. வேறு அசைவுகள் இல்லை.

அலெக்சாண்டரைப் பார்த்துக் கொண்டிந்த வீரர்களின் கண்களில் கண்ணீர். மாமன்னர் இறந்து விட்டாரோ? கேள்விக் குறி அவர்களின் கண்களில் மிதந்தது.

நாலாபுறமிருந்தும் மாலி வீரர்கள் வெறியோடு ஓடி வந்தார்கள். அலெக்சாண்டரைத் துண்டு துண்டாக வெட்டிப் போடுவதே அவர்களது நோக்கம். சிலிர்த்தெழுந்தார்கள் மாசிடோனிய வீரர்கள். அவர்களுக்கும் மாலி வீரர்களுக்கும் இடையே மோதல் கடுமையாக இருந்தது.

மெல்ல கண் விழித்தார் அலெக்சாண்டர். அது மயக்கம். ஆயுதங்களின் மோதல் சத்தம் உசுப்பவே உத்வேகத்துடன் எழுந்து நின்றார். தம் உடலில் தைத்த அம்புகளைப் பிடுங்கி எறிந்தார். வெறி. கோபம். பெரும் சீற்றத்துடன் மாலி வீரர்களுக்கு மரணம் வழங்க ஆரம்பித்தார் அலெக்சாண்டர். சிறிது நேரத்தில் அந்தக் களத்துக்கு ஏராளமான மாசிடோனிய வீரர்கள் வந்து விட்டனர். ஒரு குழுவினர் அலெக்சாண்டரை பத்திரமாகக் கொண்டு சென்று சிகிச்சை கொடுக்கத் தொடங்கினார்கள். கொஞ்சம் கொஞ்சமாக அலெக்சாண்டரின் உடல்நிலை முன்னேறத் தொடங்கியது.

அலெக்சாண்டருக்கு ஒருபுறம் தீவிரமாக சிகிச்சை நடந்துகொண்டிருந்தது. ஆனால், படைவீரர்களுக்கு மத்தியில் அவருடைய உடல்நிலையைப்பற்றி தவறான வதந்திகள் உலவின.

ஒருநாள் படைவீரர்கள் மொத்தமாக அலெக்சாண்டர் இருக்கும் இடத்துக்கு வந்தார்கள். உடனடியாக மன்னரை சந்தித்தாக வேண்டும் என்று கோரிக்கை விடுத்தார்கள். அலெக்சாண்டருக்குத் தகவல் தெரிவிக்கப்பட்டது. அலெக்சாண்டர் யுத்த டைகளை அணிந்துகொண்டு வெளியே வந்து காட்சி கொடுத்தார். புன்னகை செய்தார். அதன் பிறகே வீரர்கள் கலைந்து சென்றனர்.

உடல்நிலை முன்னேறினாலும், நடக்கவோ குதிரையில் அல்லது வாகனத்தில் அமர்ந்தோ செல்ல முடியாத நிலை. டோலியில் வைத்தே துக்கிச் சென்றனர் வீரர்கள். வழியில் ஜெராட்சியா என்கிற இடத்தை அடைந்தார்கள். 'இங்கே தங்கி கொஞ்சம் ஓய்வெடுக்கலாம்' என்றார் அலெக்சாண்டர்.

படைகள் நிம்மதியாக ஓய்வெடுத்தன. அந்நேரத்தில் அலெக்சாண்டரின் கடற்படைத் தலைவனான நீர்கஸ் வந்து அவரைச் சந்தித்தார். கடற் படைகளின் நிலை பற்றி விவரமாகக் கேட்டறிந்து கொண்டார் அலெக் சாண்டர். அவரிடம் பேசிய பிறகு அலெக்சாண்டர் புதிய பயணத் திட்டங்களை வகுத்தார்.

படைகள் மூன்றாக பிரிக்கப்பட்டன. அலெக்சாண்டர் ஒரு பிரிவுக்குத் தலைமை தாங்கினார். நீர்கஸ் (Nearchus) மற்றும் இன்னொரு தளபதியின் கீழ் மற்ற இரண்டு பிரிவுகள். மூன்று பிரிவினரும் வெவ்வேறு திசைகளில் தங்கள் பயணத்தை ரம்பித்தனர்.

நீர்கஸ் தலைமையிலான படையை, அலெக்சாண்டர் பாரசீக வளைகுடாப் பகுதிக்கு அனுப்பினார். இன்னொரு படையை ஆப்கனிஸ்தானின் தென் பகுதியில் உருவாகியிருந்த கலகத்தை அடக்குவதற்காக அனுப்பிவைத்தார். மீதமிருந்த படையை பலுசிஸ்தான் வழியாக பாரசீகத்தை அடையும் முயற்சியில் ஈடுபடுத்தினார்.

வழியில் மிகப்பெரிய பாலைவனத்தைக் கடந்தாக வேண்டிய சூழ்நிலை. அதைக் கடப்பதற்கு பகீரதப் பிரயத்தனம் செய்யவேண்டியிருந்தது. ஆனாலும் ஒருவழியாக பாலைவனத்தைக் கடந்தார் அலெக்சாண்டர். கி.மு. 324ல் ஸூசா நகரை அடைந்தார். அதற்கு முன்பாகவே அலெக்சாண்டர் அனுப்பிய மற்ற இரண்டு படைகளும் தங்களுக்கு இட்ட பணிகளை நிறை வேற்றிவிட்டு ஸூசா நகரை அடைந்திருந்தன.

ஏற்கெனவே வென்றுவிட்டுப் போன இடங்களிலெல்லாம் அலெக்சாண்டர் நிறைவேற்ற வேண்டிய நிர்வாகப் பணிகள் காத்திருந்தன. குறிப்பாக ஆசியப்போரில் ஈடுபட்டிருந்த சமயத்தில் அவர் ஆளுகைக்குள்பட்ட பகுதிகளில் தவறான நடவடிக்கைகளில் ஈடுபட்டவர்களுக்கு உரிய தண்டனைகளை வழங்கினார். அடுத்த முக்கியமான காரியமாக, தன்னுடைய படையினரைச் சீரமைக்கும் பணியைத் தொடங்கினார்.

அதன் ஒருபகுதியாக கிரேக்கர் அல்லாதவர்களும் அலெக்சாண்டரின் படைக்குள் இணைத்துக்கொள்ளப்படுவார்கள் என்கிற அறிவிப்பை வெளியிட்டார். இது வழக்கத்துக்கு மாறான விஷயம் என்பதால் மற்ற கிரேக்க வீரர்களிடையே ஒருவித மனக்கசப்பு ஏற்பட்டது. கலகம் போன்ற சூழல் உருவானது.

சம்பந்தப்பட்ட இடத்துக்கு உடனடியாக விரைந்த அலெக்சாண்டர், அவர்களை எல்லாம் மிகுந்த லாகவமாகச் சமாதானம் செய்து பேசினார்.

‘நாம் பெற்றவை ஏராளம். அதற்காக இழந்த உயிர்களும் ஏராளமோ ஏராளம். நம் படைக்குப் பலம் சேர்க்க வீரர்களின் எண்ணிக்கையை அதிகப்படுத்த வேண்டிய கட்டாயமாகிறது. சில மாற்றங்களை ஏற்றுக்கொண்டுதான் ஆக வேண்டும்.’

அலெக்சாண்டரே சொன்னபின் யாரால் எதிர்த்துப் பேச முடியும். எதிர்த்து சிந்திக்கக்கூட முடியாதே. கிரேக்கர் அல்லாதவர்களும் அலெக்சாண்டரின் படையில் இணையத் தொடங்கினார்கள்.

படைபலம் கொஞ்சம் கொஞ்சமாக அதிகரிக்க ஆரம்பித்தது. ஆனால் அலெக் சாண்டரின் மனத்தில் ஒரு புதிய எண்ணம் உதித்திருந்தது. ‘அரேபியா, ஆப்பிரிக்கா, ஐரோப்பா நாடுகளையும் கைப்பற்ற வேண்டும். அடுத்து அவைதான். கைப்பற்றுவேன்.’

சில செய்திகள் மாவீரர்களையும் ஒடுங்கி உட்காரவைத்துவிடும். அப்படி ஒரு செய்தி வந்து சேர்ந்தது. அது அலெக்சாண்டரின் நெருங்கிய நண்பர்களுள் ஒருவரான ஹெபஸ்டியோனின் மரணச் செய்தி. மன ரீதியாக மிகவும் பலவீனமடைந்து போனார் அலெக்சாண்டர்.

‘ஹெபஸ்டியோனுக்கு வைத்தியம் பார்த்த மருத்துவரின் தலையைக் கொய்யுங்கள்’ உத்தரவு வந்தத் அலெக்சாண்டரிடமிருந்து. அவ்வளவு கோபம். மது. குடித்தார். குடித்தார். குடித்துக் கொண்டே இருந்தார்.

அரேபிய நாடுகள் மீது படையெடுப்பதற்காக பாபிலோன் நோக்கி சென்று கொண்டிருந்தார் அலெக்சாண்டர். ஆனாலும் நோக்கத்தை எல்லாம் மறந்து, மதுவிலேயே ஊறிக் கொண்டிருந்தார். பலவீனம் பரவ ஆரம்பித்தது அவரது உடலிலும் மனத்திலும்.

‘அலெக்சாண்டர் உடல் ரீதியாக வலுவிழந்துவிட்டார். அவருடைய படைகள் அழிந்துவிட்டன.’

இப்படியொரு வதந்தி தீயாகப் பரவத் தொடங்கியது. பல மன்னர்கள் அலெக்சாண்டரிடம் சரணடைவதற்குப் பதிலாக, ‘வந்து பார், ஒரு கை பார்க்கிறேன்’ என்று சவால் விடும் அளவுக்கு தைரியமாக பேசத் தொடங்கினர். அவருக்குக் கீழே இருந்த பல நாடுகளில் கலகங்கள் உருவாகத் தொடங்கின. அவரால் நியமிக்கப்பட்ட ஆட்சியாளர்களே மக்களைப் புரட்சி செய்வதற்கு மறைமுகமாகத் தூண்டிவிட்டனர்.

ஒருபக்கம் கடல் பயணம் வேறு பாதியில் இருந்தது. இன்னொரு பக்கம் சொந்த நாட்டில் குழப்பங்கள் உச்சத்தில் இருந்தன.

என்ன செய்வது?

நெருக்கடி. அதனால் கொஞ்சம் மீண்டார் அலெக்சாண்டர். நிறைய யோசித் தார். தன்னுடைய நண்பர்கள், ஆலோசகர்கள் எல்லோரிடம் பேசினார். எல்லாவற்றையும் கேட்டுக்கொண்டு இறுதியாக ஒரு முடிவு எடுத்தார்.

'நீர்கஸ், உடனே கடற்படையை தலைமையேற்று பயணத்தை தொடர்ந்து நடத்து. நான் முதலில் நம்முடைய ஆளுகைக்கு உட்பட்ட நாடுகளில் நடக்கும் கலகங்களைக் கட்டுக்குள் கொண்டுவருகிறேன்.'

'அப்படியே செய்கிறேன் மன்னா.'

கடற்படை வீரர்களை வழியனுப்பிவிட்டு, தனக்குரிய படைகளுடன் புறப் பட்டார் அலெக்சாண்டர். கலகம் செய்தவர்களை எல்லாம் கபளீகரம் செய்யத் தொடங்கினார். துரோகம் செய்த தளபதிகளின் தலைகள் கொய்து எறியப் பட்டன. ஒவ்வொரு நாடாகச் சென்று தாக்குதல் நடத்தி, துரோகிகளை வீழ்த்தினார். எல்லா நாடுகளும் மீண்டும் அவருடைய கட்டுப்பாட்டுக்குள் வந்தன.

ஒருவழியாக மாசிடோனியப் படைகள் பாரசீகத்தை அடைந்தன. பாரசீக மக்கள் திரண்டு வந்து அலெக்சாண்டரைப் பார்த்தார்கள். சூசா என்கிற இடத்தில் நடைபெற்ற விழா ஒன்றில் பேசினார் அலெக்சாண்டர். அவரது பேச்சு கலப்புத் திருமணம் பற்றியதாக அமைந்திருந்தது.

'கலப்புத் திருமணங்கள் மூலம் எல்லா மக்களிடமும் ஒற்றுமை மேம்படும். கலாசார உறவு ஏற்படும்.'

உடனே பொதுமக்கள் அலெக்சாண்டரிடம் ஒரு கேள்வி கேட்டனர்.

'தாங்கள் ஏன் பாரசீக மன்னன் டேரியஸின் மகள்களில் ஒருவரைத் திருமணம் செய்து கொள்ளக்கூடாது?'

பலமாகச் சிரித்தார் அலெக்சாண்டர்.

'நான் திருமணமானவன். ராக்சேனா என்கிற அழகிய மனைவி எனக்கு இருக்கிறாள். பின்னர் எதற்காக மீண்டும் ஒருமுறை திருமணம் செய்து கொள்ள வேண்டும்?'

'கலப்பு மணம் மூலம் கலாசார மேம்பாட்டுக்கு நீங்கள்தான் முன்னு தாரணமாக இருக்கவேண்டும். போரில் நீங்களே முன்னால் செல்கிறீர்கள். களத்தில் நீங்களே முதலில் இறங்குகிறீர்கள். ஏன் இந்த விஷயத்திலும் நீங்களே ஆரம்பப்புள்ளியாக இருக்கக்கூடாது?'

யோசித்தார் அலெக்சாண்டர்.

'சரி. கலப்புத் திருமணத்துக்கு நானே முதல் ஆளாக இருக்கிறேன்.'

அலெக்சாண்டருக்கு டேரியஸின் மகள் ஸ்டேடிராவுக்கும் திருமணம் நடந்தது.

●

பாபிலோனை நோக்கி அலெக்சாண்டரின் படைகள் செல்லத் தொடங்கின. அங்கு இதுவரை சந்தித்திராத புதிய எதிரியை எதிர்கொள்ள வேண்டி யிருக்கும் என்று எச்சரித்தனர் அரசியல் வல்லுநர்கள்.

பாபிலோன் நகருக்கு வெளியே தங்குவதற்காக பிரம்மாண்டமான முகாம்களை அமைத்தனர். னால் அங்கு வந்த நொடியிலிருந்து அலெக் சாண்டரின் முகத்தில் பிரகாசம் இல்லை. உடலில் சோர்வு அப்பியிருந்தது. தீய சகுனங்கள் நடப்பதாக நினைத்தார். அவற்றை மறப்பதற்காக கொண்டாட்டங்களுக்கு உத்தரவிட்டார். அந்த கொண்டாட்டங்களின் வழியாக உற்சாகத்தை வலுக்கட்டாயமாக வரவழைத்துக் கொண்டார்.

மன்னரின் சந்தோஷம் வீரர்களையும் உற்சாகம் கொள்ளச் செய்தது. ஒவ்வொரு நாளும் சந்தோஷமாகக் கழிந்தது.

கி.மு. 323 ஜூன் 13.

காலை நேரம். அலெக்சாண்டரின் உடலெங்கும் சூடு பரவியது. அனலாகக் கொதித்தது. நீராடினால் சரியாகிவிடுமோ என்று நினைத்து நீராடினார் அவர். ஆனால் குளியல் அறையிலேயே சட்டென்று தடுமாறி விழுந்தார். சமாளித்து எழுந்துகொண்டார். காய்ச்சல் குறைந்தது போல இருந்தாலும் இருட்டியதும் மீண்டும் உடல் கொதிக்கத் தொடங்கியது.

காலை எழுந்ததும் காய்ச்சல் போவதும் இருட்டியதும் வந்து பாடாய்ப் படுத்துவதும் அலெக்சாண்டரின் உடலை கடுமையாக பாதித்துக் கொண்டிருந்தது. ஒருநாள் படுக்கையிலேயே மயக்கமடைந்துவிட்டார். விஷயம் மாசிடோனிய வீரர்களுக்குக் கசிந்துவிட்டது.

எல்லோரும் கும்பலாக வந்து மன்னரை ஒருமுறை சந்திக்க வேண்டும் என்று கோரிக்கை விடுத்தனர். ஆனால் அவர்களுக்கு அனுமதி மறுக்கப்பட்டது. த்திரமடைந்த வீரர்கள், அந்த நகரமே பெரும் கூச்சல் போட ஆரம்பித்தனர். எனவே அனுமதி கிடைத்தது. அமைதியாகப் பார்த்துவிட்டு சலசலப்புடன் திரும்பினார்கள்.

எத்தனையோ நாள் மயக்கம். அன்று அதிகாலை அலெக்சாண்டருக்கு விழிப்பு வந்தது. எதிரே அவருடைய மனைவி ராக்சேனா, நண்பர்கள் தாலமி மற்றும் செலூகஸ் உள்ளிட்டோர் நின்றிருந்தார்கள்.

செலூகஸின் கைகளைப் பிடித்துக் கொண்டார் அலெக்சாண்டர்.

'எனக்கு ஒரு உதவி செய்ய முடியுமா செலூகஸ்?'

குரல் கம்மியிருந்தது அலெக்சாண்டருக்கு. எல்லோருடைய கண்களில் இருந்தும் நீர் கசிந்தது.

'உத்தரவிடுங்கள் அரசே, அதற்காகவே காத்துக் கொண்டிருக்கிறோம்.'

திணறித் திணறிப் பேசினார் அலெக்சாண்டர்.

'என்னுடைய கைகள் வெளியே தெரியும்படி கல்லறையில் என்னைப் புதைக்க வேண்டும்.'

யாரிடமிருந்தும் பதிலில்லை. வாய்விட்டு அழத் தொடங்கியிருந்தார்கள்.

‘செய்வீர்களா?’ கேட்டார் அலெக்சாண்டர்.

‘செ… செய்கிறோம்.’ உடைந்த குரலில் பதில் வந்தது.

அலெக்சாண்டருக்கு தெரியாதது தோல்வியின் ருசி. எதையுமே வெற்றியாகப் பார்த்து மட்டுமே பழகியவர். முதன்முறையாக மரணத்திடம் கொஞ்சம் கொஞ்சமாக தோற்றுக் கொண்டிருந்தார். போராட்டம் போதும் என்று தோன்றிய நொடியில் தன் உயிரை வெளியேற அனுமதித்தார்.

அலெக்சாண்டரின் கடைசி ஆசை இதுதான்.

‘இந்தக் கல்லறையில் உறங்குபவன், உலகையை வென்றவன் என்று பொறித்து விடுங்கள். ஆனாலும், போகும்போது எதையும் எடுத்துச்செல்ல வில்லை என்று எல்லோரும் தெரிந்து கொள்ளவே கைகள் வெளியே தெரியவேண்டும்.’

பின்னிணைப்பு-1

காலவரிசை

கி.மு.வில்		
384	-	கிரேக்க தத்துவ மேதை அரிஸ்டாட்டில் பிறந்தார்.
359	-	இரண்டாம் பிலிப் மாசிடோனியாவின் மன்னரானார்.
356	-	இல்லீரியா மீதான யுத்தத்தில் இரண்டாம் பிலிப் வெற்றி பெற்றார்.
356	-	இரண்டாம் பிலிப்பின் அரசியல் வாரிசான அலெக்சாண்டர் பிறந்தார்.
347	-	தத்துவஞானி பிளேட்டோ மரணம் அடைந்தார். இதனால் அரிஸ்டாட்டிலின் எதிர்காலம் கேள்விக் குறியானது.
343	-	பியூசிபேலஸ் குதிரை அலெக்சாண்டருக்குக் கிடைத்தது.
343	-	அலெக்சாண்டருக்குக் பாடம் கற்றுத்தர அரிஸ்டாட்டில் வரவழைக்கப்பட்டார்.
336	-	மாசிடோனிய மன்னர் இரண்டாம் பிலிப் கொலை செய்யப்பட்டார்.
336	-	அலெக்சாண்டர் மாசிடோனிய மன்னராக அரியணையில் அமர்ந்தார்.
335	-	ஸ்ப்ரிங் மற்றும் ஆட்டம் சீஸன் - பால்கன் மலை வாழ் மக்களுக்கு எதிராக அலெக்சாண்டர் யுத்தம் தொடங்கினார்.
335 அக்.	-	தீபு நாடு அலெக்சாண்டரின் கட்டுப்பாட்டுக்குள் வந்தது.
334 மே	-	அலெக்சாண்டர் தலைமையில் ஹெல்லஸ்பாண்ட் நதியைக் கடந்தது மாசிடோனியப்படை.
334	-	பாரசீகப் படையெடுப்பைத் தொடங்கினார் அலெக்சாண்டர்.

334 ஜூன்	-	பாரசீக மன்னர் டேரியஸுக்கும் அலெக்சாண்டருக்கும் இடையே கிரானிகஸ் நதிக் கரையில் யுத்தம் தொடங்கியது. அதில் அலெக்சாண்டருக்கே வெற்றி கிடைத்தது.
333 நவ.	-	ஐஸஸ் யுத்தம்.
332 ஜன. - ஜூலை	-	Siege of Tyre
332 செப். - நவ.	-	எகிப்துக்குள் நுழைந்தார்.
331 ஜூலை - செப்.	-	டைகிரிஸைக் கடந்தார்
330 ஜன. - மே	-	மெசபடோமியா மற்றும் பாபிலோனியாவை ஆக்கிரமித்தார்.
330 ஜூலை	-	பாரசீக மன்னர் டேரியஸ் மறைந்தார்.
330 அக்.	-	தளபதி பார்மீனியோ எதிரிகளால் கொலை செய்யப்பட்டார்.
329	-	பெஸ்ஸஸைக் கைப்பற்றியது மாசிடோனியப் படை.
327	-	வடமேற்கு இந்தியாவுக்குள் பயணம் தொடங்கியது.
326 மே	-	போரஸ் மன்னருடன் யுத்தம் தொடங்கியது. அதிலும் அலெக்சாண்டருக்கே வெற்றி.
325	-	மல்லிக்கு எதிரான யுத்தத்தில் வெற்றி.
325 பிப்.	-	இந்தஸ் நதிக்கரையில் தனது படையினரை ஒருங்கிணைத்தார்.
325 ஏப்.	-	சொந்த நாட்டுக்குப் பயணமானார்.
324	-	நண்பர் ஹெபஸ்டியன் மறைவு.
323	-	பாபிலோனில் இருக்கும் ராணுவத்துடன் இணைந்தார்.
323 ஜூன் *10*	-	பாபிலோனில் மறைந்தார் அலெக்சாண்டர்.

பின்னிணைப்பு-2

உதவிய நூல்கள்

1. *Alexander the Great of Macedon - From History to Eternity*, John J. Popovic
2. *The Life and Actions of Alexander the Great*, Rev. J. Williams A.m
3. *Alexander 334-323 BC - Conquest of the Persian Empire*, John Warry
4. *Into the Land of Bones - Alexander the great in Afghanistan*, Frank L. Holt
5. *Major Battles of Alexander's Asian Campaign - as described by Arrian in the Anabasis of Alexander*
6. *The Life of Alexander the Great*, Plutarch, John Dryden, Arthur Hugh Clough, Victor Davis Hanson
7. *Alexander the Great*, Lewis Vance Cummings, Grove Press
8. கிரீஸ் வாழ்ந்த வரலாறு (*இரண்டு பாகங்கள்*), வெ. சாமிநாத சர்மா, பூங்கொடி பதிப்பகம்
9. மாவீரன் அலெக்சாண்டர், *கோடீஸ்வரன், சாந்தி பதிப்பகம்*
10. *Autobiography of a Yogi,* Paramhansa Yogananda

உதவிய இணையப்பக்கங்கள்

en.wikipedia.org/wiki/Alexander_the_Great

www.livius.org/aj&al/alexander/alexander_z1b.html

www.thegreatalexander.com/

www.isidore&of&seville.com/Alexanderama.html

www.1stmuse.com/frames/ http://virtualreligion.net/iho/alexander.html

www.thehistorychannel.co.uk/site/features/alexander_the_great.php

www.searchgodsword.org/enc/isb/view.cgi?number=T381

faq.macedonia.org/history/alexander.the.great.html

classics.mit.edu/Plutarch/alexandr.html

ancienthistory.about.com/library/bl/bl_text_plutarch_alexander.htm

www.idph.net

en.wikipedia.org/wiki/Battle_of_the_Granicus

www.watchmojo.com/events/history/alexander_the_great/28_thebes.htm

ancienthistory.about.com/od/alexander/p/alexanderthegre.htm

en.wikipedia.org/wiki/Siege_of_Tyre

pagesperso&orange.fr/miltiade/GB/alexander's_battles.htm

perso.orange.fr/miltiade/GB/alexander's_battles.htm

members.tripod.com/~Kekrops/Hellenistic_Files/Alexander_ and_His_Army.html

en.wikipedia.org/wiki/Battle_of_the_Hydaspes_River

www.shsu.edu/%7Ehis_ncp/ArriCamp.html

en.wikipedia.org/wiki/Battle_of_Gaugamela 9/5/2007

www.e&classics.com/ALEXANDER.htm

members.aol.com/tomstp9/alex.html

www.siu.edu/~dfll/classics/Civ2004/alia/alexander.pdf

en.wikipedia.org/wiki/Siege_of_the_Sogdian_Rock

www.livius.org/aj&al/alexander/alexander_chrono.html

en.wikipedia.org/wiki/Battle_of_Issus

www.livius.org/aj&al/alexander/alexander00a.html www.oncampus. richmond.edu/academics/classics/students/brownie/index.html

www.ingramcontent.com/pod-product-compliance
Lightning Source LLC
Chambersburg PA
CBHW022113090426
42743CB00008B/834
* 9 7 8 8 1 8 3 6 8 6 3 7 2 *